# खुळ डब्याचा खजिना

मीरा सिरसमकर

मेहता
पब्लिशिंग
हाऊस

**खुलदाबादचा खजिना / कुमार साहित्य**

मीरा सिरसमकर,
डी/१२, पाटील रिजन्सी, एरंडवणे,
पुणे - ४११ ००४
✆ (०२०) २५४६१५४७, ९२२६१ ९६३७१
E-mail : meerasirsamkar@yahoo.com

प्रकाशक : सुनील अनिल मेहता,
मेहता पब्लिशिंग हाऊस,
१९४१, सदाशिव पेठ, माडीवाले कॉलनी,
पुणे – ४११ ०३०

मुद्रक : **स्पेक्ट्रम ऑफसेट, डी-२/४, सत्यम इस्टेट,**
**सीडीएसएसच्या मागे, एरंडवणे, पुणे – ४११ ००४**

मुखपृष्ठ व
आतील चित्रे : देविदास पेशवे

प्रथमावृत्ती : जुलै, **२०१२**

किंमत : **₹** ९५/-

ISBN 978-81-8498-182-7

चि. प्रणव यास,
मीरामावशीकडून प्रेमपूर्वक भेट

# मनोगत

दर उन्हाळ्याच्या सुट्टीत आम्ही बहिणी मुंबईहून मराठवाड्यातल्या ग्रामीण भागांमध्ये सुट्टी घालविण्यासाठी जात असू. आमचे बरेचसे नातेवाईक या भागांमध्ये राहतात. हा प्रदेश तसा रखरखीतच आहे. त्यातून उन्हाळ्याचे दिवस. रणरणते ऊन, पाण्याची टंचाई, प्रवासाची अपुरी साधने यामुळे काही वेळा जीव हैराण होत असे. पण तरीसुद्धा आम्हाला दर सुट्टीत तिकडे जावेसे वाटे. याचं प्रमुख कारण तिथल्या लोकांचा प्रेमळ स्वभाव आणि अगत्यशीलता. त्यामुळे कोणत्याही पर्यटनस्थळी मिळणार नाही एवढा आनंद आम्हाला तिकडे मिळत असे.

बाहेरच्या जगाशी किंबहुना शहरांशी कमीतकमी संपर्क असणाऱ्या तिथल्या मुलांमुलींचं सामान्यज्ञान ते काय असणार आणि त्यांना माहिती तरी किती गोष्टींची असणार? – असा नकारात्मक सूर घेऊन आम्ही सुरुवातीला तिकडे जात असू. पण तिथल्या मुलामुलींमध्ये असलेली नित्यनवीन गोष्टी शिकण्याची आवड, अंगभूत हुशारी, प्रामाणिकपणा, प्रेमळ वृत्ती, नम्रता या गुणांमुळे आम्ही नकळत त्यांच्याकडे आकर्षिले जात असू. आम्ही शहरांतून यायचो म्हणून आमची अगदी उत्तम बडदास्त ठेवली जात असे. तिथला प्रत्येकजण आमच्याबद्दल, शहरी घडामोडींची माहिती जाणून घेण्यास उत्सुक असे. आमच्यातील आणि त्यांच्यातील कृत्रिम अंतर त्यांच्या नैसर्गिक आणि सहजसुलभ, साध्या स्वभावामुळे केव्हाच पुसून जात असे. त्यांच्याशी जुळलेल्या घट्ट आणि दाट मैत्रीच्या खुणा आम्ही वर्षभर जपून ठेवत असू आणि या भागातील मुलामुलींच्या कथा आमच्या मुंबईतल्या मित्रमैत्रिणींना पुन:पुन्हा ऐकवत असू.

या घटना आहेत सुमारे पस्तीस ते चाळीस वर्षांपूर्वीच्या. आजही आपल्या महाराष्ट्रात नव्हे, तर संपूर्ण भारतातच ग्रामीण आणि शहरी भागातील कौटुंबिक, सामाजिक वातावरणामध्ये जमीन-अस्मानाचा फरक आहे. घरापासून लांब असणाऱ्या शाळा, शिक्षणाच्या अपुऱ्या सुविधा, खेळण्याच्या साधनांचा अभाव, मार्गदर्शक व्यक्तींची कमतरता, आधुनिक यंत्रांची आणि तंत्रज्ञानाची अनुपलब्धता आणि कमालीचे दारिद्र्य– हेच दुर्दैवाने आजही ग्रामीण भागातले वास्तव आहे. याची जबाबदारी कोणावर आहे? यात दोष तरी कोणाचा आहे?

हे खरं तर सर्वच समाजाला अंतर्मुख करायला लावणारे प्रश्न आहेत. या बाबतीत केवळ विचार करून चालणार नाही. योजनाबद्ध कृतिशीलता हाच यावरचा उत्तम उपाय असू शकेल, ही बाब सर्वांना मान्यच असावी. जोपर्यंत आपल्या खेड्यांमधील मुलामुलींना परिपूर्ण शिक्षणापासून आणि व्यक्तिमत्त्व विकासापासून वंचित राहावे लागते आहे, तोपर्यंत आपल्या भविष्यात महासत्ता किंवा सुपरपॉवर होण्याच्या कल्पना ह्या वल्गनाच ठरणार आहेत.

'खुलदाबादचा खजिना' या पुस्तकाद्वारे ग्रामीण आणि शहरी भागातील मुलामुलींमध्ये असणाऱ्या दरींमध्ये सेतू बांधण्याचा प्रयत्न केला आहे. यातल्या सर्वच कथांची बीजं मला ग्रामीण भागातच सापडली. ती बीजं रुजली आणि वाढली मात्र शहरात. परंतु त्यांचा मूळ गाभा नैसर्गिक आणि ग्रामीण आहे. या कथा कुमार, तसंच किशोर गटांतील मुलामुलींना, त्यांच्या पालकांना आणि शिक्षकांना आवडतील ही अपेक्षा!

हे पुस्तक प्रकाशित केल्याबद्दल 'मेहता पब्लिशिंग हाऊस'चे श्री. सुनील मेहता यांचे मन:पूर्वक आभार.

**– मीरा सिरसमकर**

# अनुक्रम

**Mehta Publishing House,** 1941, Madiwale Colony, Sadashiv Peth, Pune 411030.

✆ +91 020-24476924 / 24460313

Email : info@mehtapublishinghouse.com
production@mehtapublishinghouse.com
sales@mehtapublishinghouse.com

Website : www.mehtapublishinghouse.com

# खुलदाबादचा खजिना

“अरे मुलांनो, इथे छोट्याशा खोलीत खचाखच गर्दी करून काय खेळत बसलात? जरा बाहेर जा. मोकळ्या, हिरव्यागार शेतात जाऊन खेळा. खाली जमीन, त्यावर पौधे आणि खिले हुए खूब सारे फूल, शेजारी खळखळ वाहणारी नदी, वर खुला आकाश... अरे, खुदा की दुवा से सगळंच काही आहे आपल्या खुलदाबादमध्ये. हे इतकं सारं असताना तुम्ही या इथे बंद खोलीत खेळताय?” खान चाचा घरात शिरता शिरता मुलांना खडसावू लागले.

औरंगाबाद-वेरूळ रस्त्यावर असलेलं खुलदाबाद हे डोंगराच्या कुशीतलं छोटं गाव. शहरापासून थोडं दूर असल्यामुळे तेथे गजबजाट कमीच असे. संध्याकाळनंतर तर नीरव शांतताच पसरायची त्या गावात. समुद्रसपाटीपासून थोडं उंचावर असल्यामुळे तेथील हवा देखील थोडी गारच असे. गावातील लोक शेतात खूप खपून काम करत. त्यामुळे तिथलं पीकपाणी खूप चांगलं असे. खरीप-रब्बी अशा दोन्ही हंगामांत सर्वत्र हिरवंगार वातावरण असे. खान चाचा तर नेहमीच त्या गावाचं अगदी खुमासदार पद्धतीने वर्णन करत. ती त्यांची खासियतच होती.

"खान चाचा, शेतात किती खड्डे आणि खाचखळगे असतात. काल मी शेतातल्या रस्त्यावरच्या खडीवर घसरून एका खड्ड्यातच पडलो. माझ्या पायाला खूप खरचटलं, परत घरी गेल्यावर आईने खरपूस चोप दिला तो वेगळाच." आपली जखम दाखवत खंडू, खान चाचाकडे तक्रार करत म्हणाला.

"अरे, खड्ड्यात पडलं आणि एवढसं खरचटलं तर काय घाबरायचं, पुढच्या वेळी खेळताना जपून खेळायचं. काळजी घ्यायची. असं घाबरून कसं चालेल? आगे चलके जिंदगीमें बहुत सारे खतरोंसे तुम्हे खेलना है। ये इकडे." असं म्हणून खान चाचांनी खंड्याला जवळ बोलावलं. त्याची गुडघ्यावरची जखम चांगल्या पाण्याने खंगाळली आणि त्यावर एक खास औषधी पानांचा लेप लावला. लेप लावू लागताच खंड्याला गुदगुल्या होऊ लागल्या. तो खुसुखुसु हसत 'पुरे, पुरे' म्हणू लागला, तशी सारी मुलं खो खो करून हसू लागली.

"खान चाचा, आम्ही जातो खेळायला बाहेर," खलील मोठ्याने ओरडून म्हणाला. "खुले आसमान के नीचे," सगळी मुलं त्याच्यापाठोपाठ एकदम ओरडली आणि जोरजोरात खिदळू लागली.

"अरे थांबा थांबा, आत्ताच मी बाजारातून तुमच्यासाठी खरबूज आणलं आहे, बाहेर ऊन खदखदत होतं. अंगाची लाही लाही होत होती. मला वाटलं होतंच, की तुम्ही सगळे इकडे जमून खेळत असणार. तुमच्यासाठी खसचं सरबत तर मी

दुपारीच करून ठेवलं आहे. खास खापराच्या मडक्यात ठेवलं आहे. गार झालं असेल एव्हाना. हे खरबूज खाऊन आणि सरबत पिऊनच बाहेर पडा.'' खान चाचा सगळ्यांना थांबवत म्हणाले.

खाण्याचं नाव निघताच सगळ्यांचे घसे खवखवू लागले. खसच्या सरबताचे घुटके घेत घेत पुन्हा त्यांच्या गप्पा रंगू लागल्या. खेमचंद, खंड्या, खयाली, खलील, खालेद, खुशबू आणि खुशी या वेगवेगळ्या वयाच्या सात मुलामुलींचा खास दोस्ताना होता. खुलदाबादचे लोक त्यांना खर्जाचे सप्तसूरच म्हणत. त्यांची एकमेकांशी खूप गट्टी होती. त्यांची सारी गुपितं एकमेकांना माहीत असत. खान चाचा म्हणजे या सप्तकडीचं दैवत.

''काय झाल गं?'' खुशबूच्या कानात हळूच खुसखुस करणाऱ्या खुशीला बघून खान चाचांनी विचारलं.

''खान चाचा, हा खयाली बघा नं काय म्हणतोय. ते मी खुशबूला सांगत होते.'' खुशी खुलासा करत म्हणाली.

''काय म्हणतोय?''

''तो म्हणतोय, नदीवरच्या शेतात एक खवीस राहतो. तो दिवसा एका उंच झाडावर राहतो आणि रात्रीच्या वेळी त्याचा शेतातल्या खोप्यात मुक्काम असतो.'' खुशी दबक्या स्वरात सगळ्यांना सांगू लागली. ते ऐकून सगळी मुलं शांतच झाली.

''खयाली, तुझे हे खयाल काही खरे नाहीत हं, साफ खोटं आहे ते. अरे कसला खवीस अन् कसलं काय? चला, आजच रात्री मी तुम्हाला तिकडे नेतो.'' खवीस नसल्याची खानचाचांना तर खात्री होतीच.

''नको, नको,'' खयाली ओरडून म्हणाला. ''रोज संध्याकाळी त्या शेतातल्या उंच झाडाखाली खुर्दा

ठेवलेला असतो पैशांचा आणि दुसऱ्या दिवशी सकाळी तो गायब झालेला असतो. पैशांचा खुर्दा हेच त्या खविसाचं खाद्य आहे असं म्हणतात.'' खयालीने हे सांगितल्यावर सगळी मुलं घाबरूनच गेली.

''हो, हो मी पाहिलंय त्या खविसाला. खांबासारखा उंच आहे तो. खप्पड झालेला चेहरा, त्यावर दाढीचे खुंट, खुरटलेली मिशी, खरखरीत हातपाय, अन् सारखा खोकतो ढास लागल्यासारखा.'' खुशी त्याचं वर्णन करत म्हणाली.

''कधी गं पाहिलंस त्याला? संध्याकाळ झाली की लगेच खारीसारखी तुरुतुरु पळत घरात जातेस. अंधाराला किती घाबरतेस तू!'' खुशबू तिला खिजवून म्हणाली.

''हो, पण मी त्याला स्वप्नात पाहिलंय ना!'' खुशी खालच्या स्वरात म्हणाली.

''बाप रे बाप! तुम्हाला तर ख्वाबमध्येही दिसू लागलाय तो खवीस. आता मात्र तुमचा ख़ौफ घालवलाच पाहिजे.'' खान चाचा खंबीरपणे म्हणाले.

''चला, आजच रात्री आपण त्या खविसाची खास मेजवानी घेऊन तिकडे जाऊ. बघू या काय होतंय ते.'' खान चाचांनी ते प्रकरण मनावरच घेतलं.

खुलदाबादच्या खान चाचांचं नाव साऱ्या पंचक्रोशीत प्रसिद्ध होतं. त्यांचा मनमिळाऊपणा, इतरांना मदत करण्याची सवय, लहान थोरांना मार्गदर्शन करण्याचा स्वभाव या गुणांमुळे ते साऱ्यांना आपलेसे वाटत. कोणतीही समस्या किंवा संकट आलं, की लोक खान चाचांचाच सल्ला मागत.

खरंतर ते मूळचे खुलदाबाद या गावातले नव्हतेच. चाळीस-पंचेचाळीस वर्षांपूर्वी ते या गावात येऊन स्थायिक झाले. त्यांचा मूळ ठावठिकाणाही कुणाला माहिती नव्हता. कोणी म्हणत ते दूर बंगालमधून 'खरगपूर' इथून आलेत, तर कोणी म्हणत ते आंध्र प्रदेशातील 'खम्माम'चे रहिवासी आहेत. त्यांच्या बोलण्यात अधूनमधून मध्य प्रदेशातील 'खांडवा' गावाचाही उल्लेख येई. ते उर्दू आणि पर्शियन भाषा इतकी अस्खलितपणे बोलत, की काही लोक म्हणत, ते दूर परदेशातील इराणच्या

'खोमेनी' किंवा 'खोजा' कुटुंबातीलच असावेत. एवढं मात्र खरं की त्यांना उर्दू, पर्शियन भाषांबरोबरच बंगाली, तेलुगु, हिंदी, मराठी, इंग्रजी इतकंच काय, संस्कृत भाषाही अवगत होती. खुलदाबादच्या समाजाशी आणि संस्कृतीशी तर ते केव्हाच एकरूप झाले होते.

वस्तीपासून दूर असलेल्या एका टेकडीवरील घरात ते राहत. घर कसलं, ती एक जुनीपुराणी गढीच होती. चांगली आठशे-नऊशे वर्षं जुनी, पार देवगिरीच्या रामदेवरायच्या काळातली.

लोक तिला 'ख्वाजा की गढी' या नावाने ओळखत. खान चाचा तिथे एकटेच राहत. त्यांना स्वतःचे सगेसोयरे, आप्त असे कोणीच नव्हते. साऱ्या खुलदाबादचे रहिवासीच त्यांचे आप्त होते. लोक त्यांना खान चाचा म्हणत; परंतु ते मुळात हिंदू होते की मुसलमान हेच त्यांना माहीत नव्हतं. त्यांच्या घरातल्या देव्हाऱ्यात खंडोबा होता, पण ते नमाजही पढत. दिवाळी-दसऱ्याबरोबर ईदही साजरी करत. लोकांनीही त्यांच्या धर्माविषयी कधी खोदून खोदून विचारलं नाही.

त्यांच्या उद्योगधंद्यांची किंवा व्यवसायाचीही लोकांना माहिती नव्हती. मात्र लोकांना ते सढळ हस्ते मदत करत; विशेषतः शेतकऱ्यांना. सुंदर विणकाम केलेल्या एका खोळीसारख्या पिशवीत ते पैसे ठेवत. ही पिशवी सरळसरळ बाहेरच्या खोलीतल्या खुंटीलाच टांगलेली असे. कारण त्यांच्याकडे फक्त या सप्तकडीचाच वावर असे. अधूनमधून ते परगावी जात. खास करून पावसाळ्यातले चारही महिने ते खुलदाबादमध्ये राहत नसत.

'मुलांच्या मानेवरचं खविसाचं भूत उतरवलंच पाहिजे.' खान चाचा मनातल्या मनात म्हणाले.

"चला, आपण आज रात्रीच त्या शेतावरच्या झाडाजवळ जाऊ आणि बघू काय करतोय तो खवीस ते." खान चाचा

साऱ्यांना उद्देशून म्हणाले.

"खेमू, खंड्या, खलू, खालू यांना घेऊन तुम्ही जा खान चाचा. मी नाही येणार बाबा." खयाली घाबरून म्हणाला.

"आणि मीही येणार नाही." पाठोपाठ खुशीही म्हणाली.

"अरे, चला रे सगळे, काय एवढे घाबरताय? खान चाचा आहेत ना आपल्याबरोबर," खेमचंद उत्साहाने म्हणाला.

रात्र झाल्यानंतर खान चाचांनी त्यांच्या खुंटीला टांगलेल्या खोळीतून पैशांचा खुर्दा बाहेर काढला. गढी उतरून ते खाली उतरले. सगळी मुलं तिथे आधीच जमा झाली होती. सगळ्यांना घेऊन ते शेताच्या दिशेने जाऊ लागले. जाताजाता त्यांनी खलील आणि खालेदला खाजकुयलीची पानं घ्यायला सांगितली. खंड्याला त्यांनी आधीच खुरपं बरोबर घ्यायला सांगितलं होतं आणि खेमूला खळ आणायला सांगितली होती. शेतात पोहोचल्यावर आधी ठरल्याप्रमाणे खेमूने कापडाला खळ लावली. त्यावर खाजकुयलीची पानं ठेवली आणि पैशांचा खुर्दा त्यावर पसरला. नंतर खान चाचा सगळ्यांना घेऊन खोपटात गेले.

रात्रीचा एक वाजला, तरी कोणाचा पत्ता नव्हता. सगळे वाट बघून कंटाळले. अखेर अडीच वाजता दुरूनच खुळखुळ असा आवाज ऐकू येऊ लागला. खेमचंदने हळूच डोकावून बाहेर बघितलं. कोणीतरी किडकिडीत उंच माणूस अंगावर घोंगडी घेऊन काठीला घुंगरू लावून झाडाच्या दिशेने येत होता. झाडापाशी पोहोचल्यावर इकडेतिकडे बघत त्याने खुर्दा हातात घेतला, पण त्याला चिकटलेली खाजकुयलीची पानं आणि ते कापड असं सर्वच त्याच्या हातात आलं. थोडी पावलं पुढे जाताच तो 'ओयऽ ओयऽऽ' करून अंग खाजवू लागला. 'खंडोबाराया वाचव रे मलाऽ,' करत ओरडू लागला. त्याने खुर्दा तर केव्हाच खाली टाकला होता. खान चाचा आणि खेमचंद या

दोघांनी त्याला पुढे जाऊन पकडलं.

"तूच काय रे तो खवीस?" खान चाचांनी त्याच्या दोन्ही हातांना पकडून विचारलं आणि खेमचंदने खुरपं घेऊन त्याची घोंगडी बाजूला केली. तो खुरप्यांनी त्याच्या पाठीवर खरवडणार, तेवढ्यात तो ओरडू लागला, "माफ करा, सोडा मला. मी खरा चोर नाहीये. मी शेजारच्या गावातला भिकाजी खिल्लारे धनगर. कृपा करून सोडा मला." तो गयावया करू लागला.

"अरे, चांगला तरुण तर आहेस, असे उद्योग का करतोस? चल, तुला आता औरंगाबादला नेतो, तिथे खा पोलीस कोठडीतली हवा आणि फोड खडी." खान चाचा त्याच्या खनपटीलाच बसले.

"नको, नको, मी पुन्हा असं करणार नाही. आमच्या गावात पीकपाणी चांगलं नसतं. मागच्या वर्षीच माझी बैलांची खिल्लारी जोडी मला विकावी लागली. तो पैसा सगळा संपला. म्हणून मला हे उद्योग करावे लागतात. सोडा मला, आता पुन्हा नाही असं करणार." तो काकुळतीला येऊन म्हणाला.

“आता सोडतो तुला. पण खबरदार, पुन्हा जर असं काम केलंस तर! अरे माझ्याकडून कर्ज घे, काहीतरी चांगला व्यवसाय कर.” खान चाचा त्याला समजावत म्हणाले. खान चाचांनी त्याला सोडून दिलं.

“खान चाचा जिंदाबाद,” खयाली तिथल्या खडकावर उभा राहून ओरडला. मागून सगळ्या मुलांनी त्याची री ओढली. रात्रीच्या त्या भयाण शांततेत त्यांचा आवाज एखाद्या खणखणीत खड्गासारखा खणाणला.

दुसऱ्या दिवशी साऱ्या गावकऱ्यांना त्यांची करामत समजली. त्यानंतर त्या शेतातला वावर पुन्हा सुरू झाला. लोकांनी खान चाचाला दुवा दिला. आता गावातली लहानथोर मंडळी तिकडे निर्धोकपणे जाऊ लागली. मुलं तर खूप खूश झाली. कारण त्या शेतात खंडीभर झाडं होती. दाट सावली असल्यामुळे दुपारच्या उन्हाच्या वेळीसुद्धा तिकडे खेळायला काही वाटत नसे.

एके दिवशी त्या शेतात खर्जाच्या सप्तकडीचा खेळ रंगात आला होता. लपाछपीचा डाव चालला होता. खंड्या आणि खयाली लपण्यासाठी त्या शेतातल्या खोपटाजवळ जाऊ लागले.

तेवढ्यात त्यांना दुरून खो खो खोऽऽ करून मोठ्याने हसण्याचा आवाज आला. खयाली ते ऐकून उलट्या पावलांनी पळूच लागला. खंड्याने त्याला तसंच धरून ठेवलं. “चल रे, आपण बघू तरी कोण आवाज करतंय,” खंड्या खयालीला खेचतखेचत खोपटाकडे नेऊ लागला. मग खोपटाच्या खिडकीच्या आडून ते दोघं कानोसा घेऊ लागले.

समोर बघितलं तर दोन आडदांड माणसं दारू पीत बसली होती. जवळ खाण्याच्या बशा होत्या. खारवलेले काजू, खारे दाणे यांचा बकाणा तोंडात भरत, मद्याचे घुटके घेत त्यांच्या गप्पा रंगात आल्या होत्या.

तेवढ्यात ‘खलबली है, खलबलीऽऽ... खलबली है खलबलीऽऽ...’ हे गाणं रेडिओवर वाजू लागलं.

“अरे ओ बली, हे गाणं, खलीबली है, खलीबली

असं पाहिजे होतं यार.'' त्यातला एक म्हणाला.

''अरे, हो रे खली, या खली-बलीच्या खतरनाक जोडीला सगळे पंचक्रोशीतील लोक चळाचळा कापतात.'' मोठमोठ्याने हसत दुसरा म्हणाला.

ते इतके मोठ्याने हसले, की त्यांच्या हसण्याच्या आवाजाने रेडिओ खरखरू लागला.

खयाली आणि खंड्या ते ऐकून गर्भगळीतच झाले. ''म्हणजे हीच ती कुप्रसिद्ध दरोडेखोर 'खली आणि बली'ची जोडी आहे तर.'' खंड्या खयालीच्या कानात सांगू लागला.

''चल, आपण जाऊ या.'' खयाली घाबरून म्हणाला. तोपर्यंत खेमचंद तिकडे पोहोचला होता. खंड्याने सारा प्रकार खेमूला सांगितला.

खली आणि बली आपल्या गप्पांमध्ये दंग होते. आता ती तिन्ही मुलं खिडकीजवळून उठली आणि चालू लागली.

''अरे, या खुलदाबादचा खान चाचा आहे ना, त्याचे खायचे दात वेगळे आणि दाखवायचे वेगळे आहेत बरं का!'' खली जोरजोरात बलीला सांगू लागला.

हे वाक्य कानी पडताच खेमू आणि खंड्यानी पुन्हा कान टवकारले आणि ते खोपटाजवळच थांबले. ''इतर सगळ्या गावांमध्ये दुष्काळ असल्यामुळे पिकं नाहीत,

शेतकरी आत्महत्या करत आहेत, त्यांना कर्जफेड करणं जमत नाहीये. मग या खुलदाबादमध्येच कसं काय सुरळीत चालू आहे सगळं?'' खली बलीला विचारू लागला.

''हो, तो खान चाचा, अगदी खिरापत वाटल्यासारखे पैसे देत असतो गावकऱ्यांना. येतो कुठून त्याच्याकडे एवढा पैसा?'' बलीने खलीला प्रतिप्रश्न केला.

''तुला एक सांगू का? अरे, आपल्या गावचे लोक म्हणतात, या ख्वाजाच्या गढीवर फार वर्षांपूर्वीचं सोनं-नाणं आहे. देवगिरीचा किल्ला ताब्यात घेतल्यानंतर अलाउद्दीन खिलजीने लुटलेली संपत्ती त्या गढीवरच ठेवली असं म्हणतात.'' खली बलीला सांगू लागला.

''तरीच मी म्हणतोय, हा खान चाचा एवढे पैसे कुठून खर्च करतो? काही व्यवसाय नाही, काही उद्योग नाही. येतात तरी कुठून एवढे पैसे?'' बलीनं आश्चर्य वाटून विचारलं.

''एवढी सोन्याची खाण असल्यावर त्याला काय कमी. लागेल तसे खोऱ्याने ओढतोय पैसे. खुलदाबादच्या लोकांना वाटतंय खान चाचा किती उदार, किती मदत करतो! पण खरी गोष्ट अशी आहे.'' खलीने खास खबरबात दिल्याच्या आविर्भावात सांगितले.

''मारायचा का डल्ला या ख्वाजाच्या गढीवर?'' बलीनं विचारलं.

''हो, नाहीतरी या खुलदाबादमध्ये आपल्याला कधी फारशी चोरी करायची संधीच मिळाली नाही,'' खलीने दुजोरा देत सांगितलं.

''आपण असं करू, रात्रीच एकदम तयारीनिशी येऊ आणि जाऊ त्या ख्वाजाच्या गढीवर. त्या खान चाचाची खांडोळी करायला किती वेळ लागतोय? खिशात एखादा खंजीर ठेवला तरी पुरेसं आहे. जायचं आणि थेट खुपसायचा खंजीर त्या खान चाचाच्या

पोटात. सगळं काम तासाभरात फत्ते होईल. एकदा त्या गढीवरची खाण हाती लागली की मग खुशी ही खुशी...'' खली तर खयालोंमे बुडला होता.

''नको, नको.'' बली म्हणाला. ''रात्री आलो तर लोकांना उगीच संशय येईल. त्यापेक्षा दुपारीच गावात येऊ. त्या गढीच्या खाणाखुणा बघून घेऊ. गढीच्या खालच्या अंगाला असलेल्या खातूनबीच्या खानावळीत मुक्काम करू. रात्री चांगलं खाऊ-पिऊ आणि मग मध्यरात्री सगळा गाव झोपल्यावर आपलं काम फत्ते करू.'' बलीने खलीसमोर सगळा प्लॅनच मांडला.

''चालेल चालेल, ठीक आहे. आपण शनिवारीच येऊ. त्या दिवशी खुलदाबादमध्ये बाजार भरतो. त्यामुळे कुणालाही संशय येणार नाही.'' खलीने दिवसही निवडला.

'' 'ख्वाजा की गढी' शनिवारनंतर आपलीच.'' बली ओरडून म्हणाला. मग दोघंही हातात हात घेऊन जोरजोरात खिदळू लागले.

''कसले खिंकाळतायत बघ घोड्यासारखे.'' खयाली तुच्छतेने म्हणाला.

''हो ना, खादाडखाऊ आणि लांडग्याचे भाऊ, सतत खातायत आणि खिदळतायत.'' खंड्याही हेटाळणीच्या स्वरात म्हणाला.

''ते जाऊ द्या रे, पण आता त्यांची जी बोलणी झाली ना त्याविषयी आपण खान चाचांना सांगितलं पाहिजे. कसला खतरू प्लॅन केलाय त्यांनी,'' खेमचंद काळजीच्या स्वरात म्हणाला.

''ते खरंय रे, अरे, पण आपण आहोत ना खान चाचांच्या मदतीला.'' खंड्या धीर देत म्हणाला.

''अरे, आपण तर त्यांच्या खिजगणतीतही नाही. आपल्याला खलास करायला त्यांना किती वेळ लागणार आहे?'' खंत करत खेमचंद लगेच उत्तरला.

''हो ना, चोऱ्या करून, फुकटचे खाऊन माजलेले खुशालटेकडे आहेत ते. पण आता याची खबर आपण लगेचच खान चाचांना देऊ. तेच काहीतरी मार्ग काढतील यातून.'' खयाली म्हणाला.

संध्याकाळी ती सप्तकडी खान चाचांकडे गेली आणि त्यांनी खोपट्यातली खली-बलींची सगळी बोलणी खान चाचांना

सांगितली.

खान चाचा बराच वेळ विचारात पडले. आधी त्यांना वाटलं; पोलिसांना खबर द्यावी. पण नंतर त्यांनी विचार केला, की या निमित्ताने मुलांनाही चोरांशी सामना कसा करायचा याचं प्रशिक्षण देता येईल. खली-बलींना थेट पोलिसांकडे देण्याऐवजी आपण या मुलांसमवेत काहीतरी योजना करावी, ज्यायोगे ती मुलंच त्यांना पकडून पोलिसांकडे सोपवतील.

मग त्यांनी त्या सप्तकडीबरोबर तासभर खलबतं करून एका खतरू प्लॅनची आखणी केली. मुख्य म्हणजे खुलदाबादच्या गावकऱ्यांनाही याबद्दल आधी कोणतीच कल्पना द्यायची नाही असं ठरलं.

त्या दिवशी मंगळवार होता आणि शनिवारला अजून तीन दिवस बाकी होते. या तीन दिवसांमध्ये या साऱ्यांनी मिळून सर्व तयारी केली.

ठरल्याप्रमाणे खली आणि बली शनिवारी दुपारी खुलदाबादला आले. खरेदी करण्याच्या बहाण्याने ते बाजारात उगीच इकडेतिकडे फिरले आणि पार संध्याकाळ झाल्यानंतर खातूनबीच्या खानावळीत गेले.

खातूनबीची खानावळ ख्वाजाच्या गढीपासून अर्धा किलोमीटर अंतरावर होती. खुलदाबादमध्ये असलेल्या अगदी मोजक्या खानावळींपैकी ती एक खानावळ होती. खुर्शिद मियाँ वारल्यापासून त्याची पत्नी खातूनबीच ती खानावळ चालवत असे. खातूनबीची तिन्ही मुलं शहरात राहत असत. खुर्शिद मियाँ, खातूनबीचं कुटुंब माळकरी असल्यामुळे शाकाहारी होतं. त्यांच्या खानावळीत अत्यंत रुचकर शाकाहारी जेवण बनविलं जात असे.

खलील आणि खेमचंद शुक्रवारी रात्रीच

खातूनबीच्या खानावळीत आले होते. खली आणि बलीसाठी आणलेलं खास सामान त्यांनी खातूनबीला दिलं आणि सगळा प्लॅन समजावला होता.

खली-बली ठरल्याप्रमाणे शनिवारी संध्याकाळी आले. खातूनबीचा खमंग स्वयंपाक तयारच होता. मुगाची खिचडी, खमण ढोकळा, खोबऱ्याची चटणी, खुसखुशीत कांदा-भजी आणि खारीक, खसखस व खिसमिस घालून केलेली खास खव्याची खीर. तो सारा स्वयंपाक बघून खली-बली तर खुळावलेच. थोड्याच वेळात ते जेवणावर आडवा हात मारू लागले. एरवी खाटीकखान्यातलं खोकडा-बोकडाचं मटण खायची त्यांना सवय होती. त्यामुळे आजचा हा खास मेनू त्यांना खूपच आवडला.

"साखरेचं खाणार त्याला देव देणार." खली खीर खातखात खिदळत म्हणाला.

"हो ना, खलीबली सलामत तो ऐसा खाना पाचसो बार," बलीही खो खो हसत म्हणाला.

भांड्यांचा खडखडाट होईपर्यंत ते दोघं खात राहिले.

"खातूनबी, घातलंयस ना खिरीत औषध?" अंगणात खरकटी भांडी घासायला आलेल्या खातूनबीला खालेदनं हळूच विचारलं.

"हो ना, नाहीतर सगळाच खेळखंडोबा व्हायचा," पाठोपाठ लपलेली खुशबू म्हणाली.

"अगं, पण जास्त नाही ना घातलंस खिरीत झोपेचं औषध, नाहीतर सगळा खेळच खल्लास व्हायचा." खयालीनेही मध्येच तोंड खुपसून विचारलं. त्यांना खली-बलींना जिवंत पकडायचं होतं.

सगळी मुलं अंगणातच लपली होती. "अरे, हो रे मुलांनो, मी कसं विसरीन ते झोपेचं औषध घालायचं. खान चाचांवर नसती आफत आणणाऱ्या खली-बलींना तर धडा शिकवायलाच पाहिजे." खातूनबी त्यांना खात्री देत म्हणाली.

"चला, तोपर्यंत मी त्यांच्या खाटांवर खाजकुयली पसरून येतो." खेमचंद त्वरेनं म्हणाला.

खली-बलींना इतकी झोप येत होती, की हातावर पाणी

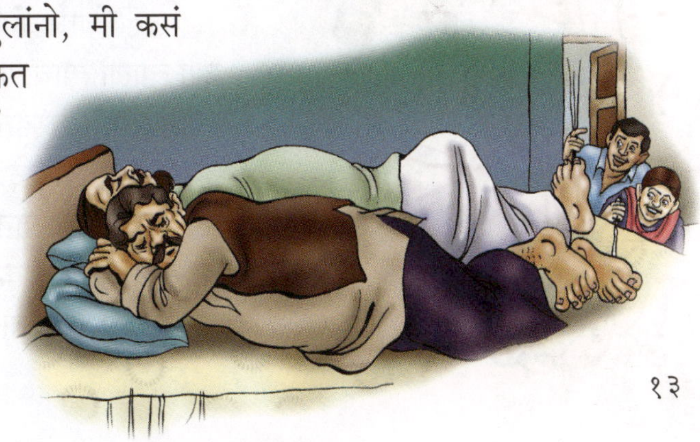

पडताच ते दोघं खाटांवर आडवे झाले. तेवढ्यात खुशी आणि खलील खराट्याच्या काड्या घेऊन आले आणि बाजूला लपले.

"खली, दोन वाजता उठव रे मला." बली आळोखे-पिळोखे देत म्हणाला.

ते ऐकायला खली कुठे जागा होता. तो तर केव्हाच खर्राटे भरू लागला होता.

थोड्याच वेळात खुशी आणि खलील यांनी आपलं काम सुरू केलं. खराट्यांच्या काड्यांनी ते दोघांच्या पायाला गुदगुल्या करू लागले.

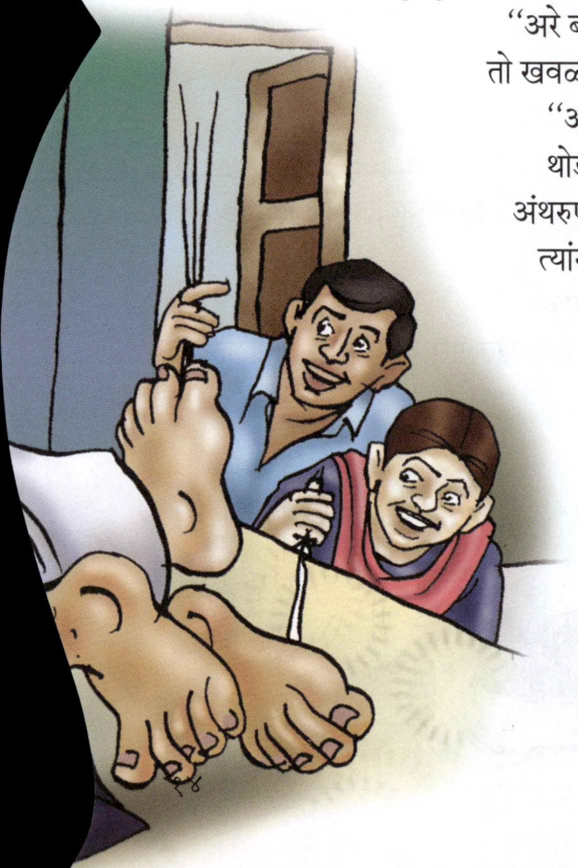

"अरे बली, झोपू दे रे थोडा वेळ." खली त्याच्यावर खेकसून म्हणाला. झोपमोड झाल्यामुळे तो खवळला होता.

"अरे, तू मला झोपू दे पहिल्यांदा." बलीही खेकसू लागला.

थोड्या वेळाने दोघांमध्ये खडाजंगीच सुरू झाली. अखेर असह्य झाल्यानंतर दोघंही अंथरुणात उठून बसले. या सगळ्या प्रकारात दीड वाजला होता. मग अर्धवट झोपेतच त्यांनी गढीकडे कूच करायला सुरुवात केली.

"अरे, खंजीर घेतलास का?" खलीने जांभई देत विचारलं.

"खिशातला खंजीर काढलाच नाहीये मी कालपासून." बलीने त्याला प्रत्युत्तर दिले.

खरं म्हणजे बलीच्या खिशातील खंजीर खंड्याने केव्हाच काढून घेतला होता, पण त्याला त्याचा पत्ताही नव्हता.

खुरडत खुरडत ते ख्वाजाच्या गढीकडे जाऊ लागले. झोपेच्या गोळ्यांचा असर असल्यामुळे त्यांना धड चालवतही नव्हतं. शिवाय खाटांवर टाकलेल्या खाजकुयलीच्या पानांचा असर होता तो वेगळाच.

"अरे खली, काय खरूज झाल्यासारखा अंग खाजवतोयस?" बली त्याला म्हणाला खरा, पण तो स्वत:ही अंग खाजवत होता.

तेवढ्यात खली एका खडकावरच आदळला. 'या खुदाऽऽ' करत स्वत:चा पाय धरून ओरडू लागला. "किती खराब रस्ता आहे." खली अजूनही ओरडत होता. "अरे, काल तर म्हणत होतास, किती खूबसुरत जागा आहे म्हणून," बली त्याला आठवण देत म्हणाला आणि म्हणताम्हणता एका खड्ड्यात कोसळला. सप्तकडीच्या मुलांनी गढीच्या रस्त्यावर कितीतरी खाचखळगे खोदून ठेवले होते, याची खली-बलींना काय कल्पना?

एकमेकांच्या खांद्यांना धरून कसेबसे ते गढी चढून खान चाचाच्या घरातील पुढच्या खोलीत पोहोचले. 'खली-बली जिंदाबाद!' समोरच खुंटीला टांगलेली पैशांची खोळ दिसताच ते ओरडले. खलीने ती खोळ खांद्यावर घेतली. बली मात्र खिशातला खंजीर चाचपत खान चाचांना शोधू लागला.

खान चाचांना शोधतशोधत ते पुढच्या खोलीत गेले. तिथे तर कोणीच नव्हतं. एकेक खोल्या पार करत ते पुढे जाऊ लागले तरी कोणाचाच मागमूस त्यांना लागेना.

"यार बली, थांबू थोडं इथेच." खांद्यावरची जड खोळ खाली ठेवत खली घाम पुसत बलीला सांगू लागला.

"अरे, दमलास काय एवढ्यात? अजून तर सोन्यानाण्यांची खाण हाती लागायची आहे." बली त्याला समजावत म्हणाला.

खोल्यांवर खोल्या ओलांडून झाल्या, तरी त्यांना खाण काही सापडेना. खुरडत खुरडत अंग खाजवत ते पुढे जात राहिले. समोर बघतायत तर एकदम काळोख.

"अरे, खाचा झाल्यात डोळ्यांच्या, काहीच दिसत नाहीये समोरचं." खली घसा फोडून ओरडत होता. आधीच खांद्यावरच्या ओझ्याने तो खचून गेला होता.

"चल रे, पुढे असेल उजेड सोन्याचा." बली त्याला खात्री देत म्हणाला आणि हे म्हणताम्हणताच समोरच्या खंदकात पडला. त्याच्यापाठोपाठ खलीही घसरला. क्षणभर दोघांना काहीच समजेना. खंदकातले खेकडे त्यांच्या अंगाखांद्यावर चढू लागले. ते अगदी हैराण झाले. कसेबसे एकमेकांना धरून ते वर चढले.

"ही पैशांची खोळ राहू दे खंदकातच." खली म्हणाला, "जाताजाता घेऊन जाऊ आपण."

समोर इतका अंधार होता तरी खलीबली चालतच राहिले. तेवढ्यात खलीच्या हाताला काहीतरी गारगार लागलं. त्याने ते खसकन ओढलं. त्या खोलीत ठेवलेल्या कपाटाच्या खणातली शाल होती. त्याने ती खाली ओढताच त्याच्यावरचा खलबत्ता त्याच्या पायावरच पडला. "या खुदाऽऽ, या खंडोबाराया," खली आरोळ्याच ठोकू लागला. तो पूर्णपणे वैतागला होता. त्याच्याने पुढे चालवेना.

तेवढ्यात बलीला एक मिणमिणता दिवा दिसला. "अरे, चल खली, सापडली बघ ती खाण आपल्याला." बली आनंदाने ओरडू लागला.

खली बलीच्या खांद्याला धरून कसाबसा खुरडत पुढे जाऊ लागला. पुढे जाऊन बघतात तो तिथे एक दिवा होता आणि त्या खाली एक मोठी जुनी संदूक.

"चल बली, उघड ती संदूक." खली खूश होऊन म्हणाला.

संदुकीची खिट्टी उघडता उघडेना. शेवटी कसाबसा जोर लावून बलीने ती उघडली. आत बघतात तर काय? जुने कपडे, रेशमी धागे, लहान मुलांच्या तसबिरी, खान चाचा व एका स्त्रीची तसबीर आणि तीन-चार छोट्या कुप्या.

"अरे यार, हे काय?" खलीने खिन्न होऊन त्यातली एक तसबीर त्या कुप्यांवर आदळली आणि थोड्याच वेळात खली-बली एकदम खोऽ खोऽ करत हसू लागले. तसबीर आदळल्यामुळे त्या कुप्या फुटल्या. त्या कुप्यांमधून हर्षवायू बाहेर पडला होता. तो हुंगल्यामुळे खली-बली खिदळू लागले होते. खेमचंद आणि खालेद यांनी औरंगाबादला जाऊन त्या कुपी आणून ठेवल्या होत्या. खली-बली संदूक उघडल्यावर त्या कुपीही उघडणारच याची त्यांना खात्री होती.

"खीऽ खीऽ खीऽ खीऽ... कुठेय सोनंनाणं? तू तर म्हणत होतास खंडीभर पैसा आहे खान चाचाकडे!" खली पोट धरून हसत म्हणाला.

"खूऽ खूऽ खूऽ खूऽ... अरे मला तरी काय माहिती?" बलीही त्याच्यासारखाच हसत म्हणाला.

"खामोश! खिदळतोयस कशाला?" खली एकदम खवळलाच. "चल इथून आता. त्या खंदकात पडलेली खोळ घेऊन जाऊ जाताना." आणि एवढे म्हणून तो पुन्हा खोऽखो करत हसू लागला. काय झाले ते त्यांना समजतच नव्हतं.

"चल लवकर, चल इथून." असे म्हणून खली बलीला खेचू लागला.

"खोऽऽ खोऽऽ खोऽ... खिऽ खिऽ खिऽ... खूऽ खूऽ खूऽ... बलीने तर 'ख'ची बाराखडीच सुरू केली होती.

"आपली खैर नाही आता. आपण असे खिदळतच मरणार बहुतेक इथे." बली पोट धरून खाली बसत म्हणाला.

अखंड खिदळण्याने त्यांना पार खिळखिळं करून टाकलं होतं. त्यांच्या अंगातील सगळी शक्तीच नाहीशी झाली होती.

तेवढ्यात मोठमोठे टॉर्च घेऊन खान चाचा आणि खर्जाची सप्तकडी तिथे आली.

"काय खली-बली, जिरली का तुमची खुमखुमी? साऱ्या पंचक्रोशीत ख्याती होती ना तुमची

खतरनाक जोडी म्हणून? मग काय झालं आता?'' खेमचंद त्यांना खिजवत म्हणाला.

"खेऽ खेऽ खेऽ खेऽ... आहोतच आम्ही खतरनाक.'' खली अजूनही हसतच होता.

"तुम्ही काहीतरी खोडसाळपणा केलात म्हणून आमचं हे असं झालं, नाहीतर आम्ही खंदे वीर आहोत.'' बलीने त्याला खूऽ खूऽ खूऽ... असा हसतच दुजोरा दिला.

"चला, खतरनाक खंद्या वीरांनो, चला बाहेर आता.'' खेमचंद त्या दोघांना खेचतखेचत बाहेर नेऊ लागला. इतर सारी मुलं त्याच्या मदतीला गेली आणि मग सगळ्यांनी मिळून त्या जोडीला बाहेर काढलं. त्यांच्या हातांना दोरखंड बांधून ते गढीखाली नेऊ लागले. या सगळ्या कारवाईत पहाटेचे पाच वाजले होते.

"खान चाचा, त्या संदुकीत कुणाचे फोटो होते? त्या शाली, ते हातमागाचं यंत्र, रेशमी धागे हे सर्व तिकडे कशासाठी ठेवलं होतं?'' खयाली गढी उतरता उतरता खान चाचांना विचारू लागला.

खान चाचा गप्पच बसले होते.

"काय आहे तें सांगा ना.'' खुशबू त्यांना आग्रह करत म्हणाली.

"सांगा ना खान चाचा,'' सगळी मुलं गलका करू लागली.

"मुलांनो, ती एक लंबी कहानी आहे.'' खान चाचांचा स्वर ओलावला होता. भूतकाळातील आठवणींनी त्यांचं मन व्याकूळ झालं.

"अरे, त्या फोटोतील स्त्री म्हणजे माझी पत्नी लक्ष्मी आणि ती दोन आमची मुलं.'' खान चाचा मुलांना सांगू लागले.

"आम्ही मूळचे आंध्र प्रदेशातील 'खम्माम'चे

रहिवासी. तिथल्या एका प्रसिद्ध विणकर कुटुंबात माझा जन्म झाला. 'हिमरू' शाली विणणं ही आमची खासियत होती. या शाली हातमागाच्या यंत्रावर आम्ही स्वत: विणतो.''

''हो, या शाली तर खूपच मशहूर आहेत.'' खंड्या मधेच सांगू लागला.

''या शालींना शहरात खूप मागणी असते. वर्षातले सात-आठ महिने शाली विणायच्या आणि मग उरलेले चार-पाच महिने त्या बाहेरगावी जाऊन विकायच्या, हाच माझा व्यवसाय.

''भारतात कितीतरी ठिकाणी या शाली मी विकल्या आहेत.'' खान चाचा पुढे सांगू लागले.

''मग तुम्ही 'खम्माम' का सोडलं?'' खलील विचारू लागला.

''सांगतो ना. एकदा इथून जवळच असलेल्या खामगावमध्ये मी शाली विकायला आलो आणि तिथल्या एका हिंदू कुटुंबीयांशी माझी खूप ओळख झाली. त्यांची मुलगी लक्ष्मी माझ्या प्रेमात पडली. पुढे आम्ही विवाह केला. परंतु या विवाहाला आमच्या घरून त्याचप्रमाणे समाजाकडूनही खूपच विरोध झाला. सगळ्यांनी आम्हाला वाळीत टाकलं. मग आम्ही दूर बंगालमध्ये खरगपूरला जाऊन स्थायिक झालो. तिथे आमचा व्यवसाय खूप चांगला चालत होता. परंतु दुर्दैवाने एके दिवशी दरोडेखोरांनी आमच्या घरावर हल्ला केला. शाली बनविण्याचं सगळं महाग सामान ते घेऊन गेले आणि माझ्या पत्नी व मुलांना तर त्यांनी ठारच मारलं.'' खान चाचा आठवणींमुळे खूपच खिन्न झाले.

''मग पुढे काय झालं?'' खुशीने विषय बदलण्यासाठी प्रश्न विचारला.

''मग त्यानंतर मी खुलदाबादला यायचा निर्णय घेतला. कारण फार पूर्वी या गावात माझं आजोळ होतं. मग ख्वाजाच्या गढीवरची जागा मला सुरक्षित वाटली. शालींचं विणकाम मी अगदी आत असलेल्या खोलीत करू लागलो. मी गावाला गेल्यावरही माझं सगळं सामान सुरक्षित राहू लागलं.''

''आणि या खवचट खली-बलींना वाटलं, की तुमच्याकडे एवढे पैसे कुठून आले? आयता डल्ला मारायला निघाले, आता फोडा तुरुंगातली खडी.'' खेमचंद त्वेषाने म्हणाला.

खली-बलींना घेऊन सारे गढीखाली पोहोचले. समोर पाहतात तो काय? इन्स्पेक्टर

खरवडकर आणि हवालदार खरात हातात बेड्या घेऊन उभे होते. पाठीमागे खातूनबी उभी होती.

"तुम्ही कसे काय इकडे?" खान चाचांनी नवल वाटून विचारलं.

"मीच त्यांना कळवलं होतं. मला वाटलं, ही मुलं लहान आहेत आणि तुम्ही एकटे या खली-बलींशी कसा सामना करणार?" खातूनबी पुढे होत म्हणाली.

"मुलांनो, तुम्ही खूप बहादुरीचं काम केलंत," इन्स्पेक्टर खरवडकर खली-बलींना बेड्या ठोकत म्हणाले.

"थांबा थांबा काका, या जोडीला आपण खेचरावर बसवून सगळ्या गावात त्यांची धिंड काढू." खलील त्यांना सांगू लागला.

"हो, नामी कल्पना आहे." हवालदार खरात लगेच तयार झाले.

खली-बलींनी खेचरावर चढायला जरासुद्धा खळखळ केली नाही. खरं म्हणजे त्यांचं खिदळणंच संपलेलं नव्हतं.

खेचरावर बसून खदाखदा हसत दात काढणाऱ्या खली-बलींना बघून खुलदाबादचे रहिवासी पण खोऽऽ खोऽऽ करत हसत सुटले. खरं तर, खली-बलींच्या खग्रास ग्रहणातून साऱ्या पंचक्रोशीची सुटका झाली म्हणून ते जास्त खूश होते.

## फट् स्वाहा!

"ॐ ऱ्हीम क्लीम फट् स्वाहा!" हातातल्या कमंडलूतलं पाणी भिवा पाटलाच्या मुलावर शिंपडत पंगाबाबा जोरजोरात मंत्रोच्चार करत होता. जेमतेम सात-आठ वर्षांचं ते पोर. पूर्ण अंग कांजिण्यांनी भरलं होतं. तापाने फणफणल्यामुळे थोडी ग्लानी आली होती. गार पाण्याचे शिंतोडे अंगावर पडताच तो दचकून जागा झाला. समोर पंगाबाबाला बघून घाबरून रडू लागला. त्याची ती भरघोस मिशी, मानेवर मोकळे सोडलेले केस, चेहऱ्यावर उग्र भाव आणि गोल गोल फिरणारे मोठमोठे डोळे. भिवा पाटलाचं पोरच काय, मोठी माणसंही त्याच्या त्या रूपाला बघून घाबरत असत.

भिवा आणि त्याची बायको रखमा पोराच्या आजाराने चिंतातुर झाले होते. पाच-सहा दिवस झाले, तरी उतार पडत नव्हता. भिवा पाटील, त्याची बायको रखमा, गणपा व शेवंता अशी त्यांची दोन मुलं – इंदूमावशीच्या शेतावर काम करणारं हे छोटंसं कुटुंब.

आता पोराला ताप आलाय, तर थेट तालुक्याला डॉक्टरकडे न्यावं ना! तालुक्याचं गाव तर गावापासून अर्ध्या तासाच्या अंतरावरच होतं. परंतु 'टाकळा' गावातल्या लोकांवर काही संकट आलं, की ते आधी पंगाबाबाच्या आश्रमात धाव घेत असत. दुष्काळ पडला,

अति पाऊस झाला, पूर आला, गुरंढोरं मेली, उद्योगधंदा बुडाला, इतकंच काय – चोरी झाली, साप चावला, भांडणं झाली अशा एक ना दोन, अनेक लहान-मोठ्या कारणांसाठी ते पंगाबाबाकडेच जात असत. जणू तो म्हणजे सर्व संकटांचा तारणहार देवच!

टाकळाच काय, आजूबाजूच्या जवळा, तांदुळवाडी, बोरगाव, झरी अशा साऱ्या पंचक्रोशीतले लोक त्या पंगाबाबाचे भक्त झाले होते. खरं तर पंगाबाबा हा दूरच्या कुठल्या तरी परमुलखातून आलेला. तो नक्की कुठून आला? या गावात कशासाठी आला? याबाबत कोणालाच काही विशेष माहीत नव्हतं. परंतु 'टाकळा' गावच्या भोळ्याभाबड्या, अंधश्रद्धाळू आणि निरक्षर लोकांना त्यानं मात्र चांगलंच ओळखलं होतं. म्हणूनच दोन-तीन वर्षांपूर्वी फाटक्या-तुटक्या कपड्यात वावरणाऱ्या किडकिडीत देहयष्टीचा पंगा, आता रेशमी वस्त्रं धारण करून आलिशान मोटारीत फिरणारा 'पंगाबाबा' झाला होता.

एक दिवस अचानकच, 'ॐ ऱ्हीम क्लीम फट् स्वाहा!' असं तो ओरडू लागला. "देवानं मला दर्शन दिलं आणि गावातल्या लोकांचं कल्याण कर असा आदेश दिला आहे." असं तो सर्वत्र सांगत फिरू लागला.

त्या दिवसानंतर हवेतून विभूती काढणं, नारळातून कुंकवाचं पाणी काढणं, हातातून भस्म काढणं, जमिनीतून देवाची मूर्ती काढणं यासारख्या करामती करून त्याच्या भोंदूगिरीच्या व्यवसायाला त्याने सुरुवात केली. त्याचे चमत्कार बघून गावातले श्रद्धाळू लोक त्याला देवाचा अवतार समजून नमस्कार करू लागले. त्याचे फोटो, गंडे, ताईत विकत घेऊन गळ्यात बांधू लागले. फळांचा, धनधान्याचा, भांड्यांचा, वस्त्रांचा त्याच्यापुढे रोज खच पडू लागला. शिवाय त्याने पैशांची दानपेटी ठेवली होती, ती वेगळीच. ती इतकी भरलेली असे, की त्यातील पैसे

मोजायला दोन माणसांची त्याने नेमणूक केली होती. अशा प्रकारे गावातील लोकांच्या अंधश्रद्धांचा गैरफायदा घेत पंगाबाबा अगदी सुखविलासात दिवस कंठत होता.

पण 'टाकळा' गावाचे सर्वच लोक त्याच्या नादी नव्हते लागले बरं का! त्याच्याकडे अजिबात न फिरकणारी पण काही कुटुंबं होती गावात. त्यातलीच एक इंदूमावशी; हाडापेराने मजबूत व उंचनिंच असलेली इंदूमावशी त्या गावात शेती करत असे. तिच्या छोट्याशा शेतात तिने भिवा पाटलाच्या कुटुंबाला ठेवलं होतं. तसं तिचं थोडंफार शिक्षण तालुक्याच्या गावी झालं होतं. पण आता नवऱ्याच्या माघारी शेतीचा व्यवसाय सांभाळण्याची जबाबदारी तिच्यावरच आली होती.

इंदूमावशी पंगाबाबाला अजिबात मानत नसे. साऱ्या लोकांना ती परोपरीने समजावून सांगे, "अरे, पंगाबाबा काय करणार आजारी पडलात तर? तो डॉक्टर आहे का? तब्येतीत उतार पडायचा असेल तर सरळ तालुक्याला डॉक्टरकडे जा, नीट औषधपाणी करा. इथे कशाला तुमचे कष्टाचे पैसे त्या पंगाबाबाच्या उरावर वाया घालवता? नीट विचार करा. नुसते हात चोळून भस्म कसं काढता येईल? आणि त्या भस्माने संकटं तरी कशी दूर होतील? संत एकनाथ महाराजांच्या पैठणजवळ असलेल्या 'टाकळा' गावचे आपण रहिवासी. त्या काळातच त्यांनी अशा भोंदूगिरीविरुद्ध किती कोरडे ओढले होते. अभंग, भारुडांमधून लोकांचे प्रबोधन केले होते आणि आज एकविसाव्या शतकात तुम्ही पंगाबाबाच्या बुवाबाजीला भुलताहात?" सतत सांगून सांगून तिचा जीव मेटाकुटीला येई, पण पालथ्या घड्यावर पाणी.

खरंतर इंदूमावशीला दाट संशय होता, की चार-पाच वर्षांपूर्वी जेलमधून पळून गेलेला डाकू भीमसिंग म्हणजेच हाच पंगा होय. शेतीच्या कामानिमित्त तालुक्याशी, जिल्ह्याशी तिचा सतत संपर्क असे. त्यामुळे बाहेरील घडामोडींची तिला थोडीबहुत कल्पना असे. या 'पंगाबाबाचे' उर्फ 'डाकू भीमसिंगचे' पितळ एकदा उघडे पाडलेच पाहिजे, असे तिला नेहमी वाटे. गावकऱ्यांना त्याच्याकडे जाण्यापासून ती नेहमी परावृत्त करते, हे पंगाबाबाही चांगले जाणून होता. म्हणून तर तो तिचा सतत

राग राग करत असे.

कधी पंगाबाबा तिच्या समोर आला, की तो तिच्याकडे बघून आपले मोठमोठ्ठे डोळे घड्याळाच्या काट्याच्या दिशेने गरागरा फिरवत असे. ती ही तशी खमकी. त्याच्या नजरेला नजर देऊन ती आपले डोळेही घड्याळाच्या काट्याच्या उलट दिशेने गरागरा फिरवत असे. ते पाहिले की त्याच्या रागाचा पारा आणखी वर चढत असे आणि तो आपले पाय दाणदाण आपटून तिला सामोरा जात असे. मग तीही त्याच्याकडे बघून हाताच्या मुठी वळवत असे. "ॐ ऱ्हीम क्लीम फट् स्वाहा!" असे जोरजोरात ओरडून त्याने तिचा रस्ता अडवला, की ती मग, "ॐ ऱ्हीम भीमसिंग हट् स्वाहा!" असे ती प्रत्युत्तर देत असे. हे ऐकले मात्र की तो आपल्या शिष्यगणांसकट रस्त्यातून त्वरित माघारी फिरत असे. "इस पंगाबाबासे पंगा मत लेना, बहुत महँगा पडेगा!" असे जाता जाता त्याने धमकावले की, "जा रे, या इंदूमावशीचा इंगा तुला दाखवीनच एके

दिवशी.'' असे ती त्याला बजावत असे.

या पंगाबाबाचे सगळे धंदे एकदा उघडे पाडले पाहिजेत. पंगाबाबाच्या आश्रमा-वरून जाताजाता इंदूमावशी मनाशी म्हणाली. नीता, अनू, पिंकी या तिच्या भाच्या आज मुंबईहून येणार होत्या. त्यांना आणण्यासाठी तालुक्याच्या गावी ती चालली होती. तालुक्याहून पुन्हा दुसरी गाडी पकडून टाकळाला यावं लागे.

''मावशी, तुझं गाव जसंच्या तसं आहे गं, काहीच बदललं नाही.'' खिडकीतून बाहेर बघत नीता आश्चर्याने म्हणाली.

''जसंच्या तसं कुठाय? लाईटचे खांब दिसतायत ना जागोजागी. लाईट आलेत म्हटलं आमच्या गावात.'' मावशी विजेचे खांब दाखवत म्हणाली.

''हो, म्हणजे आता घरोघरी टी.व्ही. सुद्धा आले असतील?'' अनूनं उत्सुकतेनं मावशीला विचारलं.

''छे गं! टी.व्ही. कुठे परवडतायत सगळ्यांना? अजून गावात गोरगरीब लोक खूप आहेत.'' मावशी खिन्नपणे म्हणाली.

''मावशी ते गं काय?'' एका आलिशान हवेलीकडे बोट दाखवत पिंकीने विचारलं.

''हं, आहे इथल्या नव्या सम्राटाचं घर.'' मावशी सुस्कारा टाकून म्हणाली.

''सम्राटाचं?'' तिघी एकदम आश्चर्याने उद्गारल्या. ''हो, सांगते त्याची कथा,'' असे म्हणून येता येता मावशीने पंगाबाबाच्या साऱ्या काळ्या कारवायांची माहिती त्यांना सांगितली.

मावशीने सांगितलेली पंगाबाबाची कहाणी ऐकून त्या तिघी मनोमन काय समजायचं ते समजल्या. आठवी, नववी, दहावी इयत्तेत मुंबईच्या शाळेत शिकत असलेल्या त्या तिघी बहिणींना पंगाबाबाच्या प्रत्येक चमत्कारामागचं शास्त्रीय सत्य समजायला वेळ लागला नाही. तो निरनिराळे चमत्कार दाखवून देवाच्या नावाखाली लोकांना लुबाडतोय, हे बघून मावशी खूप अस्वस्थ आहे, हेही त्यांना

समजलं. 'आपल्याला यावर काही उपाय करता येईल का?' दहावीत शिकत असणाऱ्या नीताच्या मनात त्यावेळी विचार येऊ लागला.

दुसऱ्या दिवशी मावशी त्यांना घेऊन तिच्या शेतात गेली. पाऊस पाणी खूप कमी असूनही भिवा पाटील आणि त्याची पत्नी रखमा या जोडप्याने तिचं शेत व मळा फुलता ठेवला होता. मुंबईच्या प्रदूषणयुक्त हवेपासून दूर टाकळा गावच्या त्या मळ्यात, मोकळ्याढाकळ्या वातावरणात त्या यथेच्छ हुंदडल्या. गणपा व शेवंताशी गप्पा मारत घरून आणलेला डबा त्यांनी तिथेच खाल्ला.

"शेवंता, गणपा, आज संध्याकाळी या ना तुम्ही मावशीकडे. आपण एकत्र जेवू आणि तुम्ही आजचा दिवस तिकडेच रहा." अनू त्यांना आग्रह करीत म्हणाली.

"हो, आम्हाला तुमच्याकडून भुताच्या गोष्टी ऐकायच्या आहेत." पिंकी अधीरतेने म्हणाली.

"नगं, सांजच्या पारी पंगाबाबाचा दरबार भरतुया, तितं जायाचं हाये आमाला." रखमा घाईघाईने म्हणाली.

"पंगाबाबाचा दरबार? आम्हाला पण यायचं आहे त्या दरबारात." नीता तत्परतेने म्हणाली.

"या बया! तुमी नका येऊ, मावशीबाई लई खवळत्याल." रखमा चटकन म्हणाली.

"काही नाही खवळणार. घेऊ तिची परवानगी आम्ही." नीता, अनू व पिंकीकडे बघून डोळे मिचकावत म्हणाली.

त्या दिवशी पंगाबाबाच्या दरबारात त्या हळूच प्रेक्षकांमध्ये जाऊन बसल्या. तिघींनी पंगाबाबाचे चमत्कार लक्षपूर्वक बघितले. घरी येतायेता नीताने आपल्या मनातला बेत अनू आणि पिंकीला सांगितला. तिघींनी मिळून एक छोटीशी योजना आखली. घरी आल्यावर इंदूमावशीला जेव्हा त्यांनी त्यांच्या योजनेची कल्पना सांगितली, तेव्हा ती एकदम खूशच झाली. "अगं, लागेल ती मदत करीन मी तुमच्या प्रयोगांसाठी. तुमच्या या योजनेमुळे गावकऱ्यांचं अज्ञान दूर झालं, म्हणजे

मला खूप आनंद होईल.'' ती उत्साहाने म्हणाली.

''चमत्कार, चमत्कार, चमत्कार!'' दुसऱ्या दिवशी गावात रामूने सगळीकडे दवंडी पिटवली. ''इंदूमावशीच्या मळ्यात चमत्कार. सगळ्यांनी बरोबर चार वाजता यावं आणि आश्चर्य पाहावं.'' दवंडी पिटणारा रामू सगळ्यांना सांगू लागला.

संध्याकाळी चार वाजता इंदूमावशीच्या मळ्यावर कितीतरी लोक जमा झाले. त्यात टाकळा गावच्या मुलामुलींचा जास्त भरणा होता. त्यांना वाटले 'शेरगावच्या' या मुली चमत्कार तरी काय दाखवणार आहेत?

नीता, अनू, पिंकी यांनी दुपारी एक वाजल्यापासूनच सर्व प्रयोगांच्या साहित्याची जमवाजमव आणि मांडामांड केली होती. एक मोठं टेबल घेऊन त्यावर प्रयोगाला लागणाऱ्या सर्व वस्तू व्यवस्थित ठेवल्या होत्या.

''गावकऱ्यांनो, आता आम्ही तुम्हाला जादूचे वेगवेगळे प्रयोग दाखवणार आहोत, सर्वांत आधी बघा, जादूने हळदीचं कुंकू.''

पिंकीने काचेचा ग्लास घेऊन त्यात पाणी ओतलं. नंतर त्यात एक चमचा हळद घातली. चमच्याने पाणी ढवळत असताना ग्लास उंचावून ती म्हणाली, ''आता बघा हं या पाण्याकडे,'' असे म्हणताम्हणता तिने झटकन एका हाताने त्या ग्लासमध्ये एक चमचा वॉशिंग सोडा टाकला. ''ॐ ऱ्हीम क्लीम,'' असे म्हणत ती चमच्याने पाणी ढवळू लागली आणि पाण्याचा रंग लालभडक दिसू लागला.

''अगं बया! पानी तर कुकवावानी झालंय, एकदम लालेलाल!'' शेवंता आश्चर्याने पाण्याकडे बघत म्हणाली.

नंतर नीताने दुसरा एक ग्लास घेतला. त्यात काठोकाठ पाणी भरले. त्यावर एक पोस्टकार्ड ठेवलं आणि 'ॐ ऱ्हीम क्लीम' असे म्हणत डाव्या हाताने ग्लास उपडा केला व उजवा हात पोस्टकार्डवरून काढून घेतला.

''गिलास उलटा केला, तरी बी पानी पडंना!'' एक मुलगा आश्चर्याने म्हणाला. पाणी अर्थातच पडत नव्हतं, कारण खालच्या दिशेकडून पोस्टकार्डवर हवेचा दाब कार्य करत होता.

"आता अजून एक चमत्कार बघा," बहिर्वक्र भिंग हातात घेत अनू म्हणाली. टेबलावर एक पातळ कागद ठेवला होता. त्यावर तिने बहिर्वक्र भिंग अशा प्रकारे धरलं की, जेणेकरून सूर्याचे किरण त्यातून व्यवस्थित जाऊ शकतील. थोड्याच वेळात तो कागद जळू लागला. कारण, तिने तो कागद भिंगाच्या नाभीय बिंदू इतक्या लांबीच्या अंतरावर ठेवला होता. सूर्याचे किरण भिंगातून आरपार गेल्यानंतर भिंगाच्या नाभीय बिंदूजवळ एकवटतात आणि त्यामुळे जी ऊर्जा निर्माण होते, त्याचा तो परिणाम होता.

"कुनी पेटवलं बी नाय, आग नाय, काडी नाय, तरी कागद जळतुया भुरुभुरु!" शेवंता आश्चर्याने म्हणाली.

त्या मुली दाखवत असलेले जादूचे प्रयोग बघून साऱ्या गावकऱ्यांनाच आश्चर्य वाटत होतं.

"आता आम्ही तुम्हाला आणखी एक रंगांचा चमत्कार दाखवतो." काचेचा लोलक हातात घेत पिंकी म्हणाली. त्या लोलकाची एक बाजू तिने सूर्यकिरणांसमोर धरली. तिच्या शेजारी उभ्या असलेल्या अनूने लोलकाच्या पलीकडील बाजूसमोर

पांढरा कागद धरला. एका विशिष्ट कोनामध्ये जेव्हा पिंकीने सूर्यकिरणासमोर लोलक धरला, तेव्हा पांढऱ्या कागदावर सात रंगांचा वर्णपट्टा दिसू लागला. 'विंद्रधनुष्य, विंद्रधनुष्य' असे म्हणून समोरच्या मुलामुलींनी टाळ्या वाजवल्या.

"पंगाबाबावानी तुमाला बी द्येव पावलाय व्हय?" त्यांचे सगळे प्रयोग बघून रखमाने त्यांना नवलाने विचारलं.

"नाही गं रखमा मावशी, चमत्कार वगैरे काही नाही. हे सगळे शास्त्रीय प्रयोग होते. आम्ही तुम्हाला त्याविषयी हळूहळू सांगणारच आहोत. पण असंच काही प्रयोग करून तर कधी हातचलाखी करून पंगाबाबा तुम्हाला फसवत आहे, हे आम्हाला सांगायचं होतं म्हणून सर्वांसमोर हे प्रयोग केले." नीता सर्वांना उद्देशून म्हणाली.

"आता रातच्या दरबारात बगूच पंगाबाबा काय करून दावतो ते." भिवा पाटील चिडून म्हणाला.

त्या दिवशी पंगाबाबाच्या दरबारात नीता, अनू, पिंकीसकट गावातल्या सर्व मुलामुलींची गँग जाण्यासाठी सज्ज झाली. कारण पंगाबाबा आज सापांना अंगाखांद्यावर खेळवणार होता. त्याचं हे धाडस बघायला गावातले बरेच लोक येणार होते. पंगाबाबाचं पितळ उघडं पाडण्याची हीच संधी आहे, हे जाणून नीता, अनू, पिंकी या तिघींनी मिळून एक छोटीशी गुप्त योजना आखली.

पंगाबाबाच्या दरबारात तोबा गर्दी झाली होती. पंगाबाबा आणि त्याचे शिष्यगण खूप खूश झाले होते. "ॐ ऱ्हीम क्लीम फट् स्वाहा!" असं जोरजोरात म्हणत पंगाबाबा त्याच्याभोवती ठेवलेल्या टोपल्यांमधले एकेक लहानमोठे साप काढू लागला. काही खांद्यावर, काही गळ्यात, काही हातावर घेऊन त्यांना खेळवू लागला. सर्व लोक आश्चर्याने थक्क होऊन त्याच्याकडे बघू लागले, तसतसा त्याला आणखी चेव येऊ लागला. मध्येच तो सापांना पायांनी तुडवू लागला, हातांनी मुरगाळू लागला.

गावकरी जरी खूप चकित झालेले असले, तरी नीता, अनू, पिंकी जाणून होत्या की या सापांचं विष काढलेलं आहे आणि त्यातले काही साप बिनविषारी आहेत. "किती छळ चालवला आहे, त्याने या बिचाऱ्या सापांचा." पिंकी हळूच कुजबुजली.

त्याच्या त्या सापाच्या खेळाकडे बघून गावकरी तर भारावूनच गेले. काही लोक त्याच्या पायावर दक्षिणा ठेवून त्याला नमस्कार करू लागले. घाबरलेल्या बाया बापड्या त्याला दुरूनच साष्टांग दंडवत घालू लागल्या.

तेवढ्यात नीताने अनूला हळूच खूण केली. अनू उठून नमस्कार करणाऱ्यांच्या रांगेत उभी राहिली. पंगाबाबाच्या गळ्याशी दोन-तीन, हातात एक छोटा व पायाशी एक जाडजूड साप होता. बाकीचे लोक दुरूनच नमस्कार करत होते, पण अनू धीटपणे पंगाबाबाच्या पायाजवळ गेली आणि तिने त्याच्या पायावर डोकं ठेवलं.

तेवढ्यात ओयऽऽ... ओयऽऽ... करत पंगाबाबा एकदम जोरजोरात विव्हळू लागला. थोडा वेळ लोकांना वाटलं, की तो सापाच्या वशीकरणाचा मंत्र म्हणत आहे. परंतु पंगाबाबाचं विव्हळणं वाढू लागलं. अंगावरील सापांना दूर लोटून तो आपला पाय धरून ओरडू लागला.

"अरेऽऽऽ मला लवकर कोणीतरी डॉक्टरकडे न्या. माझ्या पायाला सापाने डंख केला आहे."

तेवढ्यात, "ॐ ऱ्हीम क्लीम फट् स्वाहा!" असं म्हणत एक शिष्य पंगाबाबाच्या कमंडलूतील पाणी त्याच्या पायावर शिंपडू लागला.

"अरे, काय फट् स्वाहा?" पंगाबाबा पायाने कमंडलू ढकलून ओरडत म्हणाला. "मला आधी तालुक्याच्या डॉक्टरकडे न्यायची व्यवस्था करा. या पाण्याने काय विष उतरणार आहे?" पंगाबाबा खरं ते बोलून गेला. सारा गाव ते बघत होता. तो विव्हळत असलेला पाहून त्याचे शिष्य त्याला गाडीकडे घेऊन जाऊ लागले.

तेवढ्यात "थांबा," नीता पंगाबाबा व त्याच्या शिष्यांना अडवत म्हणाली. तिच्यामागे अनू, पिंकी, शेवंता, गणपा, सारी मुलं, मुली व गावकरी गेले.

"आधी यावर पंगाबाबाची सही घ्या."

एक कागद त्याच्या शिष्यांसमोर फडकावत ती म्हणाली. ''काय आहे हे?'' शिष्याने विचारले. ''हमीपत्र,'' नीता करारी मुद्रेनं म्हणाली.

''कसलं हमीपत्र? कसली सही? वाच लवकर काय आहे ते?'' पंगाबाबा अस्वस्थ होत म्हणाला.

''मी गावकऱ्यांना यापुढे चमत्काराच्या नावाखाली मुळीच फसवणार नाही. इतके दिवस मी त्यांच्या अज्ञानाचा फायदा घेतला आणि खूप पैसा लुटला. परंतु यापुढे मी माझा भोंदूगिरीचा व्यवसाय सोडून देईन. गावकऱ्यांच्या पैशांचा चांगल्या कामांसाठी वापर करीन. माझ्या आश्रमाला जोडून मुलांच्या शाळेची एक चांगली इमारत बांधीन. उरलेल्या पैशांचा विनियोग गावकऱ्यांच्या भल्यासाठी करीन.'' शिष्य मोठ्याने हमीपत्र वाचत म्हणाला.

''यावर पंगाबाबाची सही घ्या.'' काही गावकरी मोठमोठ्याने गलका करू लागले. या सर्व गोष्टींमध्ये जसजसा वेळ पुढे जात होता, तसतसा पंगाबाबा आणखीनच अस्वस्थ होत होता.

''आणा रे लवकर तो कागद, कुठे करायचीये सही?'' पंगाबाबा घाईघाईने विचारू लागला.

नीताने भरकन त्याच्या हाती कागद ठेवला आणि पंगाबाबानेही अगदी चटकन त्याच्यावर सही केली. लगेचच तो कागद नीताने गावकऱ्यांच्या गर्दीत उभ्या असणाऱ्या सरपंचांना दिला.

इकडे पंगाबाबाचे शिष्य त्याला गाडीत बसवू लागले, तसे त्यांना सामोरे जात अनू म्हणाली, ''थांबा, एवढी घाई करायची गरज नाही. पंगाबाबाला नमस्कार करताना मी माझ्याजवळील दाभणाने त्याच्या पायाला जखम केली होती. पंगाबाबाला साप चावलेला नाही.''

''काय? माझी अशी फसवणूक?'' पंगाबाबा डोळे गरागरा फिरवत हाताच्या मुठी वळवून अनूच्या अंगावर धावून आला. तेवढ्यात काही गावकऱ्यांनी त्याला मागून घट्ट धरलं.

''आता चिडून काय उपयोग? तुझं भांडं तर केव्हाच फुटलं आहे.'' सरपंच रागाने म्हणाले.

"आन या म्हमईच्या पोरींनी अशी आयडिया लावली, म्हनून तर तुझं समदं बिंग भाईर पडलंय. नाईतर आजून कितीक दिस आमची फसवनूक होत राह्यली आसती त्याचं काय?" भिवा पाटील परखडपणे म्हणाला.

हे ऐकल्यावर पंगाबाबा माघारी फिरला आणि जमिनीवर जाऊन मटकन बसला. त्याच्या शिष्यांनी तर एकेक करून पळ काढायला सुरुवात केलीच होती.

"खरं तर, साप हा खूप भित्रा प्राणी असतो. जेव्हा माणसं त्याच्यासमोर येतात तेव्हा तो तिथून पळून जायचा प्रयत्न करतो." पिंकी म्हणाली.

"हो आणि त्याला पळता आलं नाही, तर मात्र तो आपला फणा उभारून फुत्कारतो आणि बचावाचा पवित्रा घेतो. यानंतरही त्याला जबरदस्तीने पकडण्याचा किंवा मारण्याचा प्रयत्न केला, तर मग मात्र तो शेवटचा उपाय म्हणून दंश करतो." अनू पुढे माहिती देत म्हणाली.

"तुमाला वो कसं सगळं माहीत?" रखमाने त्यांना आश्चर्याने विचारलं.

"अगं, आमचे काका मुंबईच्या एका सुप्रसिद्ध संशोधन संस्थेत काम करतात. तेथील 'सर्प संशोधन' विभागात ते अधिकारी आहेत. त्यांच्याकडून आम्हाला सापांविषयी खूप रंजक माहिती मिळते. त्यांनीसुद्धा कित्येक वेळा घरी साप आणले आहेत."

नीता त्यांना आणखी माहिती पुरवत म्हणाली. "भारतात सापाच्या जवळजवळ दोनशे सत्तर जाती आहेत. त्यातल्या फक्त साठच जाती विषारी सर्पांच्या आहेत आणि

महत्त्वाचं म्हणजे, त्यातले चार प्रकारचे विषारी साप माणसांच्या वस्तीजवळ सापडू शकतात. विषारी सर्पांचेही अनेक प्रकार असतात. अतिविषारी सर्प माणसांच्या वस्तीपासून दूर घनदाट जंगलातच जास्त करून आढळतात. शेतात आढळणारे साप तर शेतकऱ्यांचे मित्रच असतात.

"आणि मुख्य म्हणजे, सापाने दंश केला, तरी दर वेळी तो दंशाद्वारे नांगीतलं विष सोडतोच असं नाही. आपल्याला सापांची ही माहिती नसल्यामुळे आपण कोणाला साप चावला, की घाबरून अशा बाबांकडे जातो आणि मग ते मंत्र मारून विष उतरवल्याचं सांगून आपली चक्क फसवणूक करतात." अनू पंगाबाबाकडे तिरस्काराचा कटाक्ष टाकून म्हणाली.

सगळे गावकरी त्या तिघींनी सापांविषयी दिलेली माहिती लक्षपूर्वक ऐकत होते. पंगाबाबाच्या लबाडीचा त्यांना रागही आला होता आणि मुंबईच्या या तीन मुलींनी ज्या पद्धतीने पंगाबाबाचे बिंग फोडलं, त्याचं त्यांना अतिशय कौतुक वाटत होतं.

"उद्या या तिन्ही मुलींना बक्षिसं देऊन आपण त्यांचा कौतुक समारंभ करू." सरपंच त्यांना शाबासकी देत म्हणाले. "व्हयऽऽऽ" करून सर्वच मुलामुलींनी एकच जल्लोष केला.

सर्व बाळगोपाळांच्या ताफ्यासह नीता, अनू, पिंकी घरी निघाल्या. "मावशी, काम फत्ते." तिघी एकदम आनंदाने ओरडत घरात शिरल्या. पंगाबाबाच्या फजितीचं वर्णन करताना त्या गँगमधील प्रत्येक जणांना मावशीला काहीतरी सांगावंसं वाटत होतं.

"वा! आज पंगाबाबाला चांगली अद्दल घडली आणि गावकऱ्यांची त्याच्या त्रासातून कायमची सुटका झाली." सुस्कारा टाकत मावशी म्हणाली.

"ॐ भीमसिंग हट् स्वाहा!" सगळी मुलं एकदम ओरडली आणि मावशीलाही मग हसू फुटलं.

## धक्का आणि बुक्का

"बाई, धक्का मला मागून सारखा ढकलतोय," चष्मा सावरत तेजस बाईंना सांगू लागला. बाकावर डोकं आपटल्यामुळे त्याचा चष्माच फुटायची वेळ आली होती. "बाई, बुक्का माझं पुस्तक ओढतोय." आणखी एक मुलगा तक्रार करू लागला.

धक्का आणि बुक्का ही शाळेत नुकताच प्रवेश घेतलेली जुळी भावंडं. सतत इतरांच्या खोड्या काढणं, शिक्षक शिकवत असताना लक्ष न देणं, अभ्यासाची आणि गृहपाठाची अळमटळम करणं आणि थोड्या थोड्या कारणांवरून वर्गातल्या मुलांशी मारामारी करणं, या त्यांच्या उद्योगांनी सगळी मुलं आणि शिक्षकही अगदी हैराण झाले होते.

खरंतर त्यांची नावं चांगली राम आणि श्याम होती. राम कोणत्याही कारणावरून मुलांना धक्के मारून पाडत असे, तर श्याम त्यांना सतत बुक्के मारून बदडून काढत असे. त्यामुळे मुलांनी त्यांची नावं 'धक्का' आणि 'बुक्का' अशी ठेवली होती.

धक्का आणि बुक्का वर्गात सर्वांत शेवटच्या बाकावर बसत. एकतर ते वयाने इतरांपेक्षा मोठे

होतेच, शिवाय हाडापेरानेही अगदी मजबूत आणि उंच होते. त्यामुळे अर्थातच त्यांना शेवटच्या बाकावर बसावं लागे.

हे दोघं जुळे भाऊ नुकतेच नगर जिल्ह्यातील एका छोट्याशा खेड्यातून पुण्यात आले होते. तिथे त्यांच्या वडिलांची दोन-तीन एकर शेती होती. शेतातच एक लहानसं झोपडीवजा घर होतं. दोन बैल, एक गाय व एक कोकरू एवढीच काय ती त्यांची मालमत्ता. त्यांच्या वडिलांचं तीन वर्षांपूर्वी निधन झालं होतं. त्यांच्या माघारी त्यांची आई कसाबसा संसार रेटत होती. गावातील एक-दोन लोकांच्या मदतीने शेत नांगरून ती कसंबसं पीक काढत असे. पण जमीनच मूळची उजाड. त्यात पाऊसही बेताचाच. मग कितीसं पीक हाती येणार? आणि त्यातून उत्पन्न ते काय मिळणार? जेमतेम पोट भरण्यासाठी लागणारी तुटपुंजी रक्कम तिला मिळत असे. मात्र त्यासाठी अहोरात्र खूप राबावं लागे. शेतावरची, घरची, तसंच बाजारातली कामं करण्यासाठी तिला धक्का-बुक्कांची मदत घ्यावी लागे. ही सर्व कामं करताना त्यांना दिवस पुरत नसे. या कामांपायी त्यांची शाळा तर केव्हाच सुटली होती.

त्यांची अशी परवड बघून एक दिवस त्यांच्या मामाने त्यांना त्यांच्या आईसकट पुण्यात आणलं. मामाच्या चाळीत ते त्याच्या शेजारी एका छोट्या खोलीत राहू लागले. सकाळी सायकलवरून घरोघरी दूध आणि पेपर टाकण्याचं काम करून रात्री एका दुकानात माल आणणं-नेणं असं दुहेरी काम ते करत. घराच्या शेजारी असणाऱ्या एका चांगल्या शाळेत त्यांच्या मामांनी त्यांना प्रवेश घेऊन दिला होता. त्यांच्या आईलाही चार-पाच घरी धुण्या-भांड्यांची कामं मिळाली होती. त्यामुळे तिघांच्या कामाचे बऱ्यांपैकी पैसे त्यांना मिळू लागले होते.

दिवसभर अंगमेहनतीचं काम केल्यामुळे त्यांना सडकून भूक लागत असे. त्यांच्यासाठी त्यांची आई भल्या पहाटे आणि रात्री स्वयंपाक तयार करून ठेवत असे. दणकून खाणं आणि सणकून काम करणं एवढंच त्यांना माहीत. त्यांच्या गावी असताना शाळा, अभ्यास, पुस्तकं, वह्या यांचा त्यांच्याशी अगदी नावापुरता संबंध राहिला होता.

त्यामुळे इथल्या शाळेत अखंड उडाणटप्पूपणा करण्यातच त्यांचा वेळ जाई. त्यांचा मामा सोडल्यास ते बाकी कोणालाच घाबरत नसत.

या मुलांना वळण कसं लावायचं, हा एक मोठ्ठाच यक्षप्रश्न त्यांच्या वर्गशिक्षिकेला पडला होता. त्यांना सतत सांगून, शिकवून, उपदेश करून त्या पार शिणून गेल्या होत्या. त्यांच्या अंगावर काहीतरी जबाबदारीचं काम सोपवलं, तर कदाचित त्यांना शहाणपण येईल असं त्यांना वाटे. योगायोगाने त्यांना लगेचच तशी संधी मिळाली.

स्नेहसंमेलनाची नोटिस घेऊन शाळेचा शिपाई वर्गात आला, तेव्हा साऱ्यांनी एकच जल्लोष केला. नाटकात भाग घेणं, नृत्य-गायन-वादन कला सादर करणं, संमेलनाच्या दिवशी फराळाचे आणि खेळाचे स्टॉल लावणं, सर्व कार्यक्रमांचे नियोजन आणि आखणी करणं यात त्यांचा वर्ग नेहमीच आघाडीवर असे. नोटिस वाचतावाचता लोणकर बाईंच्या मनात काही बेत शिजू लागले.

या स्नेहसंमेलनाच्या वेळी धक्का आणि बुक्कावर काही महत्त्वाची कामं सोपवायची. त्या निमित्ताने त्यांना काम करावं लागेल आणि आपोआपच त्यांच्यात जबाबदारीची जाणीव निर्माण होईल हा त्यांचा सुप्त हेतू.

वर्गातील सर्व मुलांना कामं वाटून दिल्यानंतर धक्का-बुक्काकडे वळून त्या म्हणाल्या, "तुम्ही कार्यक्रमाची माहिती मुलांकडून गोळा करायची. प्रत्येक कार्यक्रमासाठी लागणारा वेळ, भाग घेणाऱ्या मुला-मुलींची नावं, कार्यक्रमाचं स्वरूप, त्यांना लागणारं साहित्य, मुला-मुलींचे पोशाख इत्यादी सर्व गोष्टींची यादी करायची आणि किमान चार दिवस आधी माझ्याकडे आणून द्यायची."

"नाय बाई, आमाला नाय जमनार." धक्का त्यांना तुसडेपणानं म्हणाला. "व्हय बाई, आमी आसलं काम कदीच केल्यालं नाही." बुक्काही त्याला साथ देत म्हणाला.

"अरे, असं कसं? जमेल तुम्हालाही. प्रयत्न तर करून बघा.

वाटल्यास मी मदतीला दोन-तीन मुलं देते.'' लोणकर बाई निग्रहाने म्हणाल्या.

सगळी मुलं स्नेहसंमेलनाच्या कामाला लागली. वर्गात एका बाजूला नाटकाच्या तालमी होऊ लागल्या, तर दुसऱ्या बाजूला नाचाची रिहर्सल. कोणी एकपात्री प्रयोग करणार होतं, तर कोणी सिंथेसायझर घेऊन गाणी म्हणणार होतं. जो तो आपापल्या कार्यक्रमाची तयारी करू लागला.

धक्का-बुक्का मात्र नुसतेच इकडून तिकडे टिवल्याबावल्या करत हिंडत होते. कधी तबल्यावर जोरात थाप मार तर कधी पेटीवर बदसूर काढ, तर कधी कोणाच्या हातातला कागद हिसकावून घे असं करत सगळ्यांच्या तालमीत अडथळा निर्माण करत होते. परत त्यांना काही बोलायची खोटी, की धक्का आणि बुक्का बसलाच म्हणून समजा. मग बोलणार कोण? मुलं अगदी त्रस्त होऊन गेली होती.

कार्यक्रमाचा आदला दिवस उजाडला, तरी धक्का-बुक्कांची यादी तयार झाली नव्हती. त्यांनी धड कोणाकडून माहितीच घेतली नव्हती. तर यादी काय करणार कप्पाळ?

“झाले का सारे कार्यक्रम नीट बसवून? तालमी केल्या ना?” लोणकर बाईंनी वर्गात शिरताना मुलांना विचारलं. “हो, झालेत बाई कसेबसे. पण आज उशिरापर्यंत थांबून रिहर्सल करावी लागणार आहे.” नीलू वैतागून बाईंना सांगू लागली. धक्का-बुक्कांच्या त्रासामुळे तिला नाटकाची तालीम घ्यायला नीट वेळच मिळाला नव्हता. म्हणून ती अगदी रडकुंडीला आली होती. त्यातच तिच्या नाटकात विदुषकाचं काम करणारा मुलगा आजारी पडला होता.

“आणि तुझ्या नाचाचं कुठपर्यंत आलंय?” बाईंनी स्मिताला विचारलं. “नाच बसवून झाला आहे, पण त्यात लागणाऱ्या पोशाखांसाठी दुकानात जायला मला वेळच मिळाला नाही.” तीही खूप त्रासली होती.

“अरे, धक्का-बुक्का तुम्हाला कशासाठी नेमलं होतं मी? सर्व कार्यक्रमांची आखणी करणं, मुलांना मदत करणं, त्यांना लागणाऱ्या पोशाखाची, त्यासाठी होणाऱ्या खर्चाची मला वेळोवेळी माहिती देणं ही तर तुमची कामं होती. काय करत होतात तुम्ही? आता ऐनवेळी किती गोंधळ झाला आहे?” लोणकर बाईंना त्यांचा खूप राग आला होता.

“आता हे सर्व निस्तरायला किती वेळ लागेल, किती वाजलेत आता? खूप उशीर झाला आहे. पाच वाजता बँक बंद होईल, आता अंदाजानेच काही रक्कम काढावी लागेल.” लोणकर बाई घाईघाईनेच बँकेत जायला निघाल्या.

त्यांच्या शाळेची बँक त्यांच्या शाळेच्या शेजारीच होती. शाळेचं खातं या बँकेत होतं. त्या भराभरा बँकेत गेल्या आणि पाच हजार रुपये काढले. ते कसेबसे पर्समध्ये टाकून पुन्हा शाळेत येऊ लागल्या.

तेवढ्यात एका मोटरसायकलवरून दोन चोर त्यांच्या अगदी जवळून जाऊ लागले. एकाने त्यांच्या गळ्यातील मंगळसूत्र जोरात हिसका देऊन काढलं, तर दुसऱ्याने त्यांच्या हातातली पर्स खेचून घेतली. क्षणभर त्यांना काही सुचलं नाही, पण लगेचच त्यांच्या लक्षात आलं, की चोर मोटरसायकलवर पळून जात आहेत.

“चोर, चोर,” असं जोरजोरात हाका मारून त्या ओरडू लागल्या.

त्यांच्या आवाजाने वर्गातली सगळी मुलं बाहेर आली. मोटरसायकलकडे हात दाखवून त्या “चोर, चोर,” असं मुलांना सांगू लागल्या. धक्का आणि बुक्काने ते पाहिलं. धक्काने पळत जाऊन सायकल स्टँडवरून आपली सायकल काढली. मागे बुक्काला बसवलं आणि

जोरजोरात पायडल मारून तो मोटरसायकलच्या मागे सुसाट जाऊ लागला. एव्हाना रस्त्यावरील लोकांना घटनेची कल्पना आली होती. परंतु चोर मोटरसायकलवर असल्यामुळे कोणी काही करू शकत नव्हतं. धक्का मात्र खूप जोर लावून त्यांचा पाठलाग करत होता. तेवढ्यात एका सिग्नलला त्यांची मोटरसायकल थांबली. तोवर धक्काने आपली सायकल डावीकडून वेगाने हाकत त्यांच्या पुढ्यात आणली. बुक्का लगेच खाली उतरला. त्याने मोटरसायकल चालवणाऱ्या समोरच्या चोराला खाली खेचलं. पाठोपाठ धक्कानेही मागच्या चोराला जोरात धक्का मारून पाडलं. दोन्ही चोरांना रस्त्याच्या कडेला नेऊन धक्का आणि बुक्का आपापल्या नेहमीच्या पद्धतीने त्यांना बुकलू लागले. धक्काने त्या चोराच्या हातातली पर्स जवळ आलेल्या तेजसच्या हातात दिली आणि पुन्हा ते त्या चोरांना यथेच्छ बडवू लागले. चोर विशी-पंचविशीचे असले, तरी अगदी काटकुळे होते. दणकट व राकट धक्का-बुक्काचा मार खाऊन ते अगदी जेरीस आले होते.

''पुरे, पुरे! आता परत नाही असं करणार.'' अशी गयावया करत मार थांबविण्याची ते विनवणी करू लागले. परंतु धक्का-बुक्कांची काही थांबण्याची लक्षणं दिसेनात. तेवढ्यात तिथला ट्रॅफिक पोलीस तिकडे आला. त्याने त्या चोरांना धरून एका बाजूला नेलं आणि पोलिसांना वायरलेसवरून बोलावून घेतलं.

दरम्यान त्यांच्या वर्गातील मुलं आणि लोणकर बाई तिथे आल्या होत्या.

''बाई, ही घ्या तुमची पर्स.'' धक्का पर्स बाईंकडे सोपवत म्हणाला.

"आज तुमच्यामुळे मला माझी पर्स मिळाली. नाहीतर ते चोर केव्हाच पळून गेले असते." त्या कृतज्ञतेने म्हणाल्या. नाही म्हटलं, तरी पर्समध्ये शाळेचे पाच हजार, तसेच त्यांचे एक हजार रुपये, शिवाय दोन-तीन क्रेडिट कार्ड्स व मोबाइल फोन एवढा ऐवज होता. त्यांचं खेचलेलं सोन्याचं मंगळसूत्र होतं ते वेगळंच.

सगळी मुलं शाळेत परतली. कोणीतरी बाईंना आणि धक्का-बुक्काला पाणी आणून दिलं.

"बाई, यापुढे आमी आमच्यावर सोपवलेली सर्व कामं व्यवस्थित करू." धक्का त्यांना म्हणाला. "व्हय बाई, आमच्यामुळेच तुमाला आज लई तरास झाला." बुक्का ओशाळून म्हणाला.

या संकटाच्या प्रसंगातून का होईना, पण धक्का-बुक्कांना जबाबदारीची जाणीव झाली म्हणून लोणकर बाई खूश झाल्या.

"अरे, तुमची आजची कामगिरी बघून मला वाटतंय, की तुम्ही मोठेपणी पोलीसदलात भरती व्हावं. किती शूरपणे तुम्ही त्याचा पाठलाग करून पकडलं आणि त्यांच्याकडून चोरीचा मालही हस्तगत केलात." बाई त्यांचे कौतुक करत म्हणाल्या.

"हो, पण पोलीस व्हायचं म्हणजे सोपं काम नव्हे, त्यासाठी कितीतरी परीक्षा द्याव्या लागतात. नुसते धक्का-बुक्का मारून नाही चालत. व्हय ना." तेजस चष्मा सावरत म्हणाला.

"व्हय, व्हय." धक्का-बुक्का दोघंही हसून मान हलवत म्हणाले. तसे सारा वर्ग त्यांच्या हसण्यात सामील झाला.

# अनमोल ठेवा

'शी! किती खड्डे आहेत या रस्त्यावर! आणि दगड तर किती पडलेत वेडे वाकडे! झाडाझुडपांनी, काट्याकुट्यांनीच भरलाय सारा रस्ता नुसता! त्यात हा बैलगाडीचा प्रवास – खटडम् खटडम्! उगीच ह्यांच्याबरोबर आलो. चांगलं महाबळेश्वरला गेलो असतो दरवर्षीप्रमाणे, तर बरं झालं असतं. तिथे कुठूनही कोणत्याही पॉईंटला छान कारने जाता येतं!' आकाशचा आधीच फुगीर असलेला वाटोळा चेहरा त्राग्यानं आणि रागानं आणखीनच फुगला होता.

खरंतर भाऊमामांनी शहरातून मुलं येणार, म्हणून बैलगाडी साफसूफ करून मस्तपैकी रंगवून घेतली होती. मुलांना जास्त हादरे बसू नयेत, म्हणून गाडीत गादी टाकली होती आणि मुख्य म्हणजे गाडीला त्यांच्या गोठ्यातली उत्तम खिल्लारी बैलांची जोडी जुंपली होती.

सौरभ, नीलू तर जाम खूश होते. त्यांना बैलगाडीचा प्रवास तर खूप आवडत असे. दरवर्षी उन्हाळ्याची सुट्टी कधी पडते

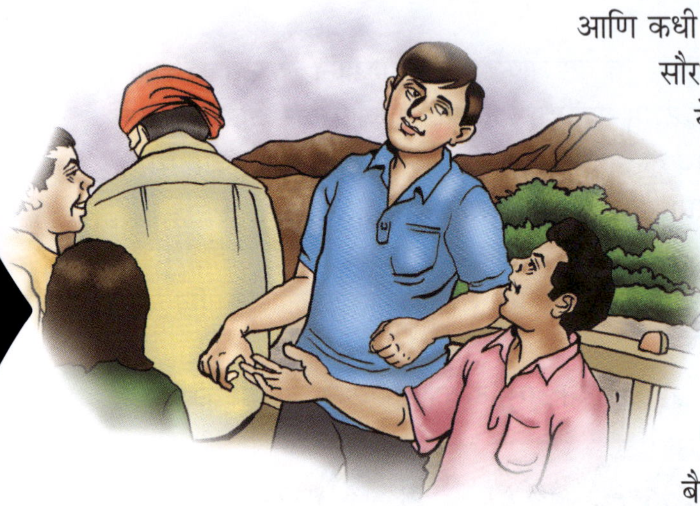

आणि कधी मामाकडे जातो याचीच ते आतुरतेने वाट बघत असत. या वेळी सौरभचा बालमित्र आकाशसुद्धा त्यांच्याबरोबर पहिल्यांदाच गावाला येत होता. एरवी दरवर्षी उन्हाळ्यात माथेरान, महाबळेश्वरसारख्या थंड हवेच्या ठिकाणी तो जात असे. पण या वेळी बदल म्हणून त्याच्या आई-बाबांनीच त्याला सौरभ आणि नीलूबरोबर गावाला पाठवलं होतं. त्यांचे सगळे नातेवाईक मुंबई पुण्यातच राहात. त्यामुळे गाव असे कधी त्याने बघितलंच नव्हतं.

आकाशच्या बाबांनी त्यांना 'चारठाणा' या तालुक्याच्या गावापर्यंत कारने पोहोचवलं होतं. भाऊमामांचं 'कळसगाव' तिथून पुढे दहा-बारा मैलांवर होतं. तिथे जायचं म्हणजे बैलगाडीनंच जावं लागे.

सीतारामकाका (मामाचा खास जुना गडी) बैलगाडी अगदी बेताने चालवत होते. शहरातली मुलं! त्यांना कुठे इतक्या हादऱ्यांची सवय असते? म्हणून ते बैलगाडी अगदी सावकाश हाकत होते.

सीतारामकाकांबरोबर त्यांची मुलं गोपू आणि काशीसुद्धा आली होती.

सौरभ आणि नीलूला त्यांच्याशी किती बोलू आणि किती नाही, असं झालं होतं. जवळजवळ वर्षानेच त्यांची भेट होत असे.

"हा माझा वर्गातील मित्र आकाश आणि हा गोपू व ही काशी, हे माझे या गावातले मित्र-मैत्रीण!" सौरभने त्यांची एकमेकांशी ओळख करून दिली. आकाशनं त्यांच्याकडे नुसता एक ओझरता कटाक्ष टाकला. 'काय पण नावं? गोपू आणि काशी म्हणे! आणि अवतार कसला ह्यांचा. काय ती डोक्यावरची गावठी टोपी या पोराची! अन् शर्ट वेगळ्याच रंगाचा, तर हाफ पँट वेगळीच. ध्यानच दिसतायत सौरभचे हे गावरान मित्र-मैत्रीण म्हणजे!' मनातल्या मनात आकाश म्हणत होता.

"कसा काय झाला प्रवास?" गोपूनं त्यांना विचारलं.

''मस्त!'' नीलू, सौरभ एकदम म्हणाले.

''आता आठ दिवस आपण खूप मजा करू. या वेळी आम्ही मुद्दामच आकाशलाही आणलं आहे. त्याला आम्हाला एकदा भाऊमामांचं गाव दाखवायचं होतं.'' नीलू उत्साहाने म्हणाली.

''व्हय, व्हय. मी बी तुमची लई वाट बघत होतो.'' गोपू आनंदानं म्हणाला.

बारीक अंगकाठी, सावळा रंग, स्वच्छ पाणीदार डोळे आणि तरतरीत नाक असलेली गोपू आणि काशी ही भावंडांची जोडगोळी दरवर्षी सौरभ, नीलूचं उत्साहानं आणि प्रेमाने स्वागत करत. त्यांनाही या शहरातल्या मुलांचं फार आकर्षण वाटे.

त्यांच्याकडची बॅटरीवर चालणारी विविध खेळणी, रंगीबेरंगी पुस्तकं, छान छान कपडे बघून ते अगदी हरखून जात.

ही सौरभ, नीलू, गोपू, काशी अशी भावंडांची चौकडी उन्हाळ्याच्या सुट्टीत अगदी धम्माल करत असत. शेतात हुंदडणं, झाडावर चढणं, सूर-पारंब्या खेळणं, नदीमध्ये मनसोक्त पोहणं आणि खेळल्यानंतर गावरान फळांचा आणि जेवणाचा आस्वाद घेणं असा त्यांचा रोजचा भरगच्च कार्यक्रम असे.

थोड्या वेळानं गावातील मंदिराचा कळस दिसू लागला. ''त्यो बघ, आमच्या गावातल्या मंदिराचा कळस! ते डोंगरावर आसलेलं देऊळ लई उंच हाय! कुटून बी, अगदी पार लांबून बी त्याचा कळस दिसतुया. म्हणून तर आमच्या गावाचं नाव 'कळसगाव'!'' गोपू उत्साहानं आकाशला माहिती सांगू लागला.

'अहाहा, काय पण ती अशुद्ध भाषा!' असं मनातल्या मनात म्हणत आकाशनं त्याच्या बोलण्यावर नुसतीच मान डोलावली.

घरी पोहोचेपर्यंत संध्याकाळचे सात वाजले होते. लता मामींचा स्वयंपाक तयारच होता. गरमागरम थालीपीठ, खिचडी, कढी आणि पापड असा बेत होता. सकाळपासून प्रवास करून मुलंही शिणलेली होती. साऱ्यांनी हातपाय धुऊन भरपेट जेवून घेतलं. तोवर गड्यांनी अंगणात मुलांची अंथरुणं तयारही केली होती.

''हे काय, बाहेर झोपायचं?'' आकाश कुरकुरत म्हणाला.

''तुझ्यासाठी ओसरीच्या पलीकडील झोपायच्या खोलीत अंथरूण

टाकायला सांगू का?'' लता मामीनं त्याची कुरकुर ऐकून त्याला विचारलं.

''पण इथून बाथरूम खूप दूर आहे हं आकाशदादा! आधीच तू खूप शूर! अपरात्री बाथरूमला जायचं झालं, तर एवढ्या लांब अंधारात धडपडत यावं लागेल हं!'' नीलू त्याला चिडवत म्हणाली.

अंगणात मोकळ्या हवेत झोपायचं सोडून कोण त्याच्याबरोबर बंद खोलीत झोपायला तयार होणार? आधीच एकट्याने झोपायचं, त्यात बाथरूमही लांब. आकाशची तर घाबरगुंडीच उडाली!

''जाऊ दे. मी इथेच झोपतो.'' आकाश कसाबसा अंगणात झोपायला तयार झाला.

तेवढ्यात, ''सीतारामकाकाऽऽ गोष्टऽऽ'' सारी मुलं एकदम ओरडली. ''आरं, आज नगं. उद्यापास्नं सांगीन. आज तुमी दमला असाल नव्हं?'' ते त्यांना समजावत म्हणाले.

''नाही नाही, एक तरी छोटीशी गोष्ट सांगाच.'' नीलू त्यांच्या पाठीसच लागली.

''बरं सांगतो.'' असं त्यांनी म्हणताच सगळ्यांनी एक गलका केला. त्यांची भाषा अशुद्ध असली, तरी गोष्ट इतकी मजेदार असे आणि ते सांगतही इतकी रसाळपणे, की मोठी माणसंही तल्लीन होऊन ऐकत असत.

सुरुवातीला त्यांच्याकडे लक्ष न देणाऱ्या आकाशनंही त्यांची गोष्ट हळूहळू ऐकायला सुरुवात केली. थंडगार वाऱ्यात त्यांची गोष्ट ऐकताऐकता मुलांना कधी झोप लागली ते कळलंही नाही.

सकाळी सहा वाजता साऱ्यांना जाग आली. मामाच्या घरात कामाची गडबड सुरू झाली होती. काही गडी गोठ्यातील गाई-गुरांना कडबा आणि पाणी देण्याचं काम करत होते. लतामामीची ओसरीवरची झाडझूड करून झाली होती. अंगणात सडा व रांगोळीची तिची तयारी चालली होती. भाऊमामा मुख्य बैठकीच्या खोलीत काही गड्यांबरोबर शेतीच्या दिवसभराच्या कामाची चर्चा करत होते.

मुलंसुद्धा मग अंथरुणातून भराभरा उठली. त्यांना शेतावर जायची घाई झाल्यामुळे चटकन आवरून घ्यायचं होतं. नीलू, सौरभला तशी थोडी सवय असल्यामुळे ते लवकर तयार झालेही. पण आकाशला मात्र बराच वेळ लागला. त्याला कुठे बेसिन दिसेना, की कुठे गरम पाण्याचा नळ दिसेना.

लतामामींनी फराळाला गरमागरम कांदेपोहे केले होते. पोहे खाऊन व दूध पिऊन सौरभ, नीलू पळतच घराबाहेर पडले.

"अरे, जेवणाचा डबा इथेच राहिला." लतामामी ओरडून म्हणाली.

नीलूनं चटकन मागे फिरून डबा घेतला. आकाश त्यांच्यामागून अडखळत, धडपडत येत होता.

घरापासून मामाचं शेत थोडं दूर होतं. शेतातच सीताराम काकांचं घर होतं. गोपू आणि काशी मुलांची वाट बघतच होते.

"खंड्या, खंड्या!" दुरूनच नीलूनं गोपूच्या घरासमोरील खंड्या कुत्र्याला साद घातली. तिचा आवाज ऐकताच आणि त्यांना बघताच खंड्या त्यांच्याकडे वेगानं धावत येऊ लागला.

भोऽभोऽ करत जोरात अंगावर येत असलेला कुत्रा पाहून आकाशची तर पाचावरच धारण बसली. सौरभ, नीलूला कुत्रा ओळखत होता. पण आकाशचं काय? दुरूनच येणाऱ्या कुत्र्याला

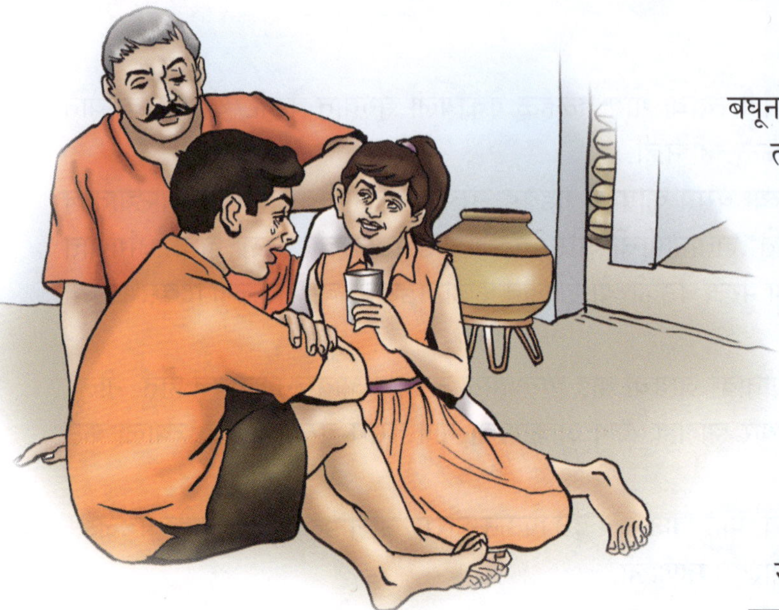

बघून आकाश उलट्या दिशेनं जोरात पळू लागला. त्याला तसं धावताना पाहून खंड्याही त्याच्या पाठोपाठच धावू लागला.

या सर्व गडबडीत व्हायला नको ते झालंच! एका मोठ्या दगडाला अडखळून आकाश मातीत गुडघ्यांवर जोरात पडला. तेवढ्यात गोपू तिथे पोहोचला होताच. त्याने खंड्याला चुचकारून बाजूला नेलं. आकाशला हाताला धरून उठवलं. हळूहळू चालवत आपल्या शेतातल्या घराकडे नेलं. आधी स्वच्छ पाण्याने जखमा धुतल्या. सर्व जखमांवर घरातली हळद दाबून बसवली. रक्त यायचं थांबल्यावर स्वच्छ, मऊ धोतराच्या पट्ट्या त्यावर बांधल्या.

तेवढ्यात सौरभ, नीलू, काशी तिथे आलेच. ''फार नाही ना लागलं?'' सौरभनं काळजीनं आकाशला विचारलं. ''दोन्ही गुडघ्यांना आणि हाताच्या कोपरांनाही खरचटलंय खूप.'' कण्हतकण्हत आकाश म्हणाला.

''आता हाळद लावलीया नव्हं, काय बी व्हनार न्हाई! सांजपत्तुर बरं वाटंल!'' गोपूची आई त्याला समजावत म्हणाली.

मग गोपूच्या घरी सारेजण थोडा वेळ थांबले. काशीने साऱ्यांना जमिनीत असलेल्या रांजणातलं गार पाणी प्यायला दिलं. ''आहे की नाही फ्रीजपेक्षाही गारेगार पाणी, आकाशदादा!'' नीलू म्हणाली. पाणी प्यायल्यावर थोडं बरं वाटत असलेला आकाश काय नाही म्हणणार?

''जायचं का आता शेतात?'' सौरभनं विचारलं. आकाशलाही थोडं बरं वाटू लागलं होतं. सर्व जण शेताकडे निघाले.

शेतात एका बाजूला मोठ्ठी आमराई होती. पलीकडच्या वावरात पेरू, चिक्कू, पपई, लिंबू अशी कितीतरी झाडं होती. एका बाजूला द्राक्षाचा स्वतंत्र मोठा मळा होता. अर्थात द्राक्षांचा मोसम नसल्यामुळे तिथे फक्त मोठ्ठाले मांडव दिसत होते.

शेताच्या मध्ये एक विहीर होती. विहिरीवर मोटेनं पाणी काढायची सोय होती. मोटेवरून पाणी काढण्याचं काम आकाश प्रथमच बघत होता. ''किती गार वाटतंय इथे! आणि एवढ्या उन्हाळ्यातही या मळ्यात किती रंगीबेरंगी फुलं फुलली आहेत!'' आकाश नवल वाटून म्हणाला.

गहू, ज्वारी, बाजरी यांसारख्या पिकांसाठी पुन्हा वेगळी शेतजमीन होती. काशी आकाशला सर्वत्र हिंडून शेती दाखवत होती. त्याबरोबर तिची अखंड कॉमेंट्रीही चालू होती. तिथल्या झाडांची, पिकांची, जमिनीची तिला खडान् खडा माहिती होती.

त्या विस्तीर्ण शेतांमध्ये, हिरवाईमध्ये, काळ्या मातीमध्ये मग आकाशही नकळत गुंगून गेला.

"खरंच, एवढी पिकं काढायची, झाडांची नीट निगा ठेवायची, गाईगुरांना सांभाळायचं– किती अवघड नि कष्टाचं काम आहे हे!" नकळत त्याला भाऊमामा, सीतारामकाका, गोपू आणि काशीचं मनोमन कौतुक वाटू लागलं.

इकडे नीलू, सौरभ, गोपूचा लपाछपीचा डाव चांगलाच रंगला होता. आकाश, काशीही मग त्यांच्यात सामील झाले. खेळण्याच्या नादात आपल्याला लागलं, हेही आकाश पुरतं विसरून गेला.

सूर्य पार डोक्यावर आला, तशी मग साऱ्यांना कडकडून भूक लागली.

लतामामींनी तिखटमिठाच्या पुऱ्या, बटाट्याची भाजी, दहीभात, लिंबाचं लोणचं, मोरंबा इत्यादी पदार्थ घालून टिफीन दिलाच होता. काशीनंही आपल्या घरातून झणझणीत झुणका, भाकऱ्या, कैरीचं मोठ्या फोडींचं लोणचं आणलं. गोपूनं आपल्या मुठीनंच दगडावर दोन कांदे फोडले आणि साऱ्यांनी जेवायला सुरुवात केली.

पिझ्झा, बर्गर, पावभाजी, नूडल्स असे पदार्थच खाणाऱ्या आकाशला भाकऱ्यांकडे तर बघवतही नव्हतं.

"अरे, खाऊन बघ थोडी झुणका भाकर. वडापावपेक्षाही झणझणीत लागते." नीलू आकाशला खायचा आग्रह करत म्हणाली.

'एवढी म्हणतेय तर खाऊन बघू थोडी,' असं म्हणून आकाशनं झुणका भाकरीचा एक घास खाल्ला, मात्र त्याला त्याची चव इतकी आवडली की एक सबंध भाकरीच त्यानं संपवली.

"उद्या आमच्या परीक्षेचा निकाल लागणार आहे. आम्हाला जावं लागंल शाळेत. उद्या शेतावर यायला जरा उशीरच होईल." गोपू सांगू लागला.

"शाळेत जाता तुम्ही?" आश्चर्यानं आकाश गोपूला म्हणाला.

"म्हणजे काय आकाशदादा? गोपूचा वर्गात नेहमी पहिला नंबर असतो. काशीही पहिल्या तिनात असतेच." नीलू म्हणाली.

"पन आता त्याचा काय बी उपयेग न्हाय. फक्त सातवीपत्तोरच शाळा हाय आमच्या गावात." गोपू खेदानं म्हणाला.

"अरे, पण सातवीनंतर तालुक्याच्या ठिकाणी आहे ना शाळा. तिथे जायचं नंतर." सौरभ त्याला समजावत म्हणाला.

"आता कुणास ठाऊक तिकडं जायला मिळतंय का न्हाई? पुढं शिकायला मिळतंय का न्हाई?" काशी दु:खी होऊन म्हणाली.

"मिळेल गं, मी भाऊमामांना सांगते व्यवस्था करायला." नीलू तिला धीर देत म्हणाली.

कळसगावच्या शाळेत शिकायची सर्व साधनंच अपुरी होती. सातवीपर्यंतच्या वर्गांना फक्त तीन शिक्षक होते. पत्र्याची शेड असलेली ती शाळा. पावसाळ्यात तर चक्क जागोजागी गळत असे. मुलं गार फरशीवर बसून कसाबसा अभ्यास करत. शिवाय सगळ्या मुलांना अभ्यासाबरोबरच शेतावरची कामंही करायला लागत.

"खरंच, शहरात मुलांना किती सोयी असतात! शाळा दूर असेल, तर रिक्षा किंवा स्कूलबस, छान छान दप्तरं, त्यात भरपूर वह्या पुस्तकं. शिवाय शाळेत अभ्यास आणि घरी होमवर्क असतं, म्हणून आईबाबा कधी कोणतं कामही सांगत नाहीत. इथली सगळी मुलं शेतावर काम करतात. आपल्याला साधं गच्चीतल्या झाडांना पाणी घालणं होत नाही." आकाश न राहवून म्हणाला. खेड्यातील मुलांविषयीच्या त्यांच्या मतात हळूहळू परिवर्तन होत होतं.

या मुलांना आपल्या परिसरातल्या पर्यावरणाची किती माहिती आहे. स्वभाव पण ह्यांचे किती साधे. किती आपुलकीनं आणि

अगत्यानं करतायत आपलं! मदतसुद्धा अगदी तत्परतेने करतात. म्हणूनच नीलू, सौरभ नेहमी सुट्टीत इकडे येण्यासाठी अगदी उत्सुक असतात. आकाशचं त्यांच्याविषयीचं मत तर पूर्ण बदललं होतं.

सुरुवातीला नाराज असणारा आणि सतत कुरकुरणारा आकाश तीन-चार दिवसांतच तिथे रमून गेला. त्याला ना आईबाबांची आठवण झाली, ना टी.व्ही.-व्हिडिओची.

रोज सकाळी लवकर उठणं, मोकळ्या, शुद्ध आणि प्रदूषणमुक्त हवेत फिरणं, वेगवेगळे मैदानी खेळ खेळणं, भरपूर पोहणं, सकस, ताजं अन्न यामुळे त्याची तब्येत तंदुरुस्त होत गेली.

एरवी मुंबईला सतत काहीतरी अरबटचरबट खात, टी.व्ही.वरील कार्टून फिल्म बघत बसण्याच्या उद्योगामुळे तो नुसता गोलमटोल आणि आळशी होऊन बसला होता.

कळसगावात सात-आठ दिवसात त्याच्या प्रकृतीतही फरक पडला आणि स्वभावातही.

"आकाशदादा, तू आता सडसडीत आणि थोडा उंचही झाल्यासारखा दिसतोयस रे." नीलू त्याच्याकडे बघून म्हणाली.

"ते माहीत नाही गं, पण अगदी खूप उत्साही आणि नवा हुरूप आल्यासारखं वाटतंय हे मात्र खरं." आकाश तिला प्रतिसाद देत आनंदानं म्हणाला.

त्या आठ दिवसांतच त्याला शहरातील जीवनापेक्षा अगदी भिन्न असं वेगळंच जग बघायला मिळालं. ते सुंदर छोटं गाव, तिथली हिरवी शेती, गावातली माणसं, त्यांचे स्वभाव या साऱ्यांनी तो प्रभावित झाला होता.

नीलू, सौरभशी त्याची मैत्री होतीच. ती तिथे अधिक दाट झाली. शिवाय गोपू, काशीसारखे नवे सवंगडी मिळाले. त्यांच्याबरोबरच्या गप्पा, चिडवाचिडवी, हास्यविनोद या साऱ्यांचा अनमोला ठेवा त्याला आता वर्षभर पुरणार होता. इथे आपण आलो नसतो, तर ती एक मोठ्ठीच चूक झाली असती असं त्याला सारखं वाटत राहिलं.

जायचा दिवस जसजसा जवळ येऊ लागला, तशी सगळ्यांनाच हुरहुर वाटू लागली. पण जायला तर हवंच होतं. सामानाची बांधाबांध सुरू झाली.

"आईनं तुमाला हे पापड, कुरडया, लोणचं बांधून दिलं आहे. तिथे गेल्यावर आठवणीनं खायचं हं! आणि आकाशला खास झुणका-भाकर दिली आहे प्रवासात खायला." काशीनं सगळे डबे एका पिशवीत व्यवस्थित बांधून त्याच्याकडे दिले.

बैलगाडीत बसताना सगळेच अबोल आणि खिन्न झाले होते. "आता पुढल्या वर्षी नीलू, सौरभ बरोबर तू बी यायचं हां आकाश, आमच्या गावाला." गोपू आकाशचा निरोप घेत म्हणाला.

आठ दिवसांच्या सहवासानंतर आकाशला गाव सोडून मुंबईला जाणंच अवघड वाटत होतं. कसेतरी अश्रू थोपवून तो म्हणाला, "अरे, मी तर येईनच तुमच्या गावी! पण त्याआधी दिवाळीच्या सुट्टीत तुम्ही मात्र नक्की आलं पाहिजे, आमच्या घरी मुंबईला. मी तुम्हाला सगळी मुंबई दाखवीन!"

"व्हय व्हय. आमाला बी डबलडेक बस, आगीनगाडी आणि उंच उंच बिलडिंगी बगायच्या हायेत." काशी तत्परतेनं म्हणाली.

आकाशचं मुंबईला यायचं निमंत्रण स्वीकारून गोपू आणि काशी घरी गेले. नीलू, सौरभ व आकाश बैलगाडीत बसले.

"सीतारामकाका जोरात चालवा बैलगाडी! खूप मजा येते!!" आकाश हसत हसत सीताराम काकांना म्हणाला.

आठच दिवसांत कळसगावात त्याला कितीतरी गोष्टी शिकायला मिळाल्या होत्या. सुरुवातीला झालेली फजिती आणि गमतीजमती आठवून त्याला हसू येत होतं आणि केव्हा एकदा हे सर्व आई-बाबांना सांगतो असं त्याला झालं होतं.

# अवकाश झेप

अधूनमधून पडणाऱ्या पावसाच्या सरी, आकाशात अवेळी दाटलेले ढग... आता उलटगणती संपत येते. चार, तीन, दोन... एक... शून्य...

एवढ्यात ढगांचा काळिमा दूर होतो. पाठोपाठ सूर्य उजळतो आणि त्या सूर्य बिंबाकडे झेपावणारी एक प्रखर ज्योत आसमंत दणाणत वेगाने वर जाते आणि पाहतापाहता नजरेआड होते. त्याचा आवाज आसमंतात गुंजत असतानाच टाळ्यांचा प्रचंड कडकडाट होतो आणि एकच जल्लोष होतो. सर्व शास्त्रज्ञांचे, तेथे जमलेल्या प्रेक्षकांचे चेहरे आनंदाने उजळलेले असतात.

२२ ऑक्टोबर २००८ हा दिवस भारताच्या इतिहासात सुवर्ण दिवस म्हणून नोंदला जातो. चांद्रयान-१ हे अवकाशयान सकाळी ठीक सहा वाजून बावीस मिनिटांनी आकाशात झेपावलेले असते. भारतीय अवकाश संशोधन कार्यक्रमाचे एक नवीन पर्व सुरू झालेले असते.

श्रीहरिकोटा येथील सतीश धवन अवकाश संशोधन केंद्राच्या 'ब्रह्मप्रकाश' या अवकाशतळावरून चांद्रयान झेपावलं. नेहा आपल्या घरच्या टी.व्ही.वर अगदी अनिमिष नेत्रांनी तो सारा कार्यक्रम बघत होती. श्रीहरिकोटापासून हजारो किलोमीटर दूर अंतरावर असलेल्या महाराष्ट्रातील 'परभणी' या गावात असलेली नेहा टी.व्ही.च्या माध्यमातून त्या चांद्रयानाशी वेगाने जोडली गेली होती.

ग्रह, उपग्रह, धूमकेतू, उल्का, तारे, आकाशगंगा या गोष्टींची तिला मुळातच खूप आवड होती. नववीच्या उन्हाळ्याच्या सुट्टीत ती नुकतीच मुंबईत गेली होती. तिथे वरळीला असलेलं नेहरू तारांगण तिने आवर्जून बघितलं होतं. ते बघितल्यापासून तर तिला झपाटल्यासारखंच झालं होतं. इतके

दिवस परीकथेत, राजाराणीच्या साम्राज्यात वावरणारं तिचं विमान आता अवकाशाच्या वास्तवावर उतरलं होतं. अवकाशातल्या गोष्टींची जमेल तितकी माहिती आणि चित्रं तिने गोळा केली होती. तिच्या या छंदाची तिच्या मुंबईच्या मामाला कल्पना होती, म्हणून तो तिला सुट्टीत नेहरू तारांगण दाखवायला घेऊन गेला होता.

अवकाशाची इत्थंभूत माहिती देणारा तो मनोरंजक व अभ्यासपूर्ण कार्यक्रम बघून ती इतकी भारावली, की बाहेर पडली ते अंतराळवीर व्हायचं, हे मनाशी ठरवूनच. त्यानंतर भारताची यशस्वी चांद्रमोहीम टी.व्ही.वर बघितल्यानंतर तर तिला अवकाश संशोधनाचं अंतराळ खुणावू लागलं. 'आपण अंतराळवीर व्हायचं,' या आधी घेतलेल्या निर्णयावर तिने आता शिक्कामोर्तबच केलं.

नील आर्मस्ट्राँग व एडविन ऑल्ड्रिन या दोन अमेरिकन अंतराळवीरांनी २० जुलै १९६९ रोजी केलेल्या यशस्वी चांद्रमोहिमेचे फोटो तिने तिच्या अभ्यासाच्या खोलीत लावले होते. अखिल मानव जातीला अभिमानास्पद वाटणाऱ्या त्यांच्या कामगिरीची सारी वर्णनं, पेपरमधली कात्रणं, त्यांच्या मुलाखती, त्यांच्या अपोलो यानाचे फोटो इत्यादी सर्व जपून ठेवलेलं होतं. त्यांनी चंद्रावरून आणलेले खडक, दगड-मातीचे नमुने असलेले फोटो, शिवाय त्यानंतरही झालेल्या इतर अंतराळवीरांच्या चांद्रसफरींचे फोटो यांचा तर तिने एक छोटासा अल्बमच तयार केला होता. लायब्ररीतून आणि इंटरनेटद्वारे ती सर्व माहिती तिने गोळा केली होती. नुसत्या चांद्रमोहिमांची नव्हे, तर धूमकेतू, उल्का, ग्रह, उपग्रह यांच्याविषयीही तिने सचित्र माहिती गोळा केली होती. तिच्या नेहमीच्या अभ्यासापेक्षा ती याच गोष्टींमध्ये सदैव गर्क असे. आता तिने भारताच्या चांद्रमोहिमेची चित्रं व माहितीचीही त्यात भर घातली.

उन्हाळ्याच्या सुट्टीत कधी सिनेमाला चल म्हणून तिला कोणी आग्रह केला, की ती नकारच देत असे. 'अगं, ती काय आपल्याबरोबर येणार? तिला सिनेमातील तारे तारकांपेक्षा आकाशातील ताऱ्यांचे वेध लागलेले असतात.' तिच्या मैत्रिणी तिची चेष्टा करून म्हणत असत.

तिच्या घराच्या गच्चीवर असलेल्या दूरदर्शिकेतून कित्येकदा ती आकाश निरीक्षण करत असे. त्यातून दिसणारे सूर्यग्रहण, चंद्रग्रहण, शनीची कडी, गुरूचे चंद्र, तेजस्वी शुक्रतारा बघताना तिला कोण आनंद होत असे. तिचे बाबा मात्र तिच्या छंदापायी सारखे वैतागलेले असत. त्यांना वाटे, तिने साधासरळ नित्याचा अभ्यास पूर्ण करून एखाद्या दैनंदिन जीवनाशी निगडित कोर्सला प्रवेश घ्यावा आणि मग शिक्षण पूर्ण होताच तिचं लग्न लावलं म्हणजे झालं. त्यांची एकुलती एक मुलगी होती ना ती!

म्हणून ती जेव्हा नेहरू तारांगण बघून आल्यानंतर अंतराळवीर होण्याचं स्वप्न बघू लागली, तेव्हा त्यांचं धाबंच दणाणलं होतं.

"बाबा, ताशी अठ्ठावीस हजार कि.मी. वेगाने जाणाऱ्या यानात बसल्यानंतर काय वेगळाच अनुभव येत असेल ना?" नेहाने नवलाने बाबांना विचारलं.

"अगं, ही चांद्रमोहीम बघितल्यापासून तुझं यान हल्ली अवकाशातच असतं. ठीक आहे. तुला अवकाश संशोधनाची आवड आहे ना, मग खगोलशास्त्रज्ञ बन. त्यासाठी इथल्या कॉलेजमध्ये प्रवेश घे. अवकाशाचं संशोधन हे पृथ्वीवर राहूनदेखील करता येतं. त्यासाठी यानात बसून आकाशात कशाला जायला हवं?" ते म्हणाले.

"बाबा, खगोलशास्त्र हा विषय तर मी घेणारच, पण मला रात्री गच्चीत झोपले की आकाशात लुकलुकणारे तारे, चंद्र खुणावतात असं वाटतं. पृथ्वीच्या वातावरणाला भेदून दूर जाणारं अंतरिक्ष यान, त्या यानातील अंतराळवीर, त्यांच्या यशस्वी मोहिमा टी.व्ही.वर पाहिल्या की असं वाटतं; मीही त्यांच्या टीममध्ये असते, तर काय मजा आली असती.'' नेहा उत्साहाने म्हणाली.

"अगं, सगळ्याच मोहिमा यशस्वी होत नाहीत. कित्येक वेळा त्यांचं यान काही अनियंत्रित कारणांनी भरकटतं, किंवा पृथ्वीवर येऊन आदळतं. बघत नाहीस का तू? मागे कल्पना चावलाचा समावेश असलेल्या यानाचं काय झालं ते आठवतंय ना तुला?'' बाबा तिला काळजीच्या स्वरात समजावत असत.

"बाबा, तसा धोका तर प्रत्येक क्षेत्रातच असतो. पण मला हे धाडस करायची खूप इच्छा आहे.'' ती म्हणत असे. "हं, आता आमची ठमाबाई अंतराळ वीरांगना होऊ पाहतेय आणि तत्त्वज्ञानीही होतेय बरं का.'' तिचे बाबा तिच्या आईला हसून सांगत.

अमेरिकेच्या नॅशनल एरोनॉटिक्स अँड स्पेस एजन्सीने (नासा) आंतरराष्ट्रीय अंतराळ स्थानकासाठी निवडलेल्या पथकात भारतीय वंशाच्या सुनिता लिन विल्यम्स यांची निवड केली, हे तिला समजलं तेव्हा तिला आणखीनच हुरूप आला. नासामध्ये खूप भारतीय शास्त्रज्ञ अविरत संशोधनाचं काम करत असतात, हे तिला माहीत होतं.

तिच्या एका मैत्रिणीची बहीण अमेरिकेत नासाला भेट देऊन आली होती. कल्पना चावला ज्या शाळेत शिकली, त्या शाळेतल्या निवडक मुलांना (ज्यांना अंतराळ अभ्यासात रुची आहे) दरवर्षी ती नासाची भेट घडवून आणत असे. त्यातल्याच एका चमूबरोबर तिच्या मैत्रिणीची बहीण जाऊन आली होती. ती पुण्यात आल्यानंतर तिला अनेक प्रश्न विचारून नेहाने भंडावून सोडलं होतं.

“अगं, फोटो का नाही आणलेस तिकडचे?” नेहाने उत्सुकतेने विचारलं. “इतक्या मोठ्या संशोधन प्रकल्पाचं काम नेहमी गुप्त असतं. तिथे संरक्षण व्यवस्था अगदी कडेकोट असते. त्यामुळे आम्हाला फोटो काढायची परवानगी मिळाली नाही. या प्रकल्पातले काही ठरावीक विभागच आम्हाला दाखविण्यात आले.” ती म्हणाली. ‘हो, तेही बरोबरच आहे म्हणा. पण मी एके दिवशी नासात पोहोचणार आहे आणि तेही नुसतं भेट देण्यासाठी म्हणून नाही, तर प्रत्यक्ष संशोधनात भाग घेण्यासाठी, अंतराळ मोहिमेवर जाण्यासाठी.’ नेहा मनाशीच म्हणाली.

तिच्या शाळेतल्या शिक्षकांनासुद्धा तिचं हे अवकाश निरीक्षणाचं वेड माहीत होतं. आंतरशालेय विज्ञान प्रदर्शनात भाग घेण्यासाठी नेहाच्या शाळेतील काही मुलांना निवडलं होतं. काही मुलांनी रसायनशास्त्र आणि भौतिकशास्त्राचे प्रयोग करून प्रकल्प सादर करायचं ठरवलं. खरंतर नेहाला त्या विज्ञान प्रदर्शनात भाग घ्यायची खूप इच्छा होती. परंतु ‘तू खगोलशास्त्राचे

काय प्रयोग ठेवणार?' असे म्हणून तिच्या शिक्षकांनी तिला परवानगी नाकारली. ती हिरमुसली होऊन घरी आली.

रात्री कोणाशीच न बोलता 'आपली सूर्यमाला' हे पुस्तक वाचत झोपून गेली. दुसऱ्या दिवशी ताजीतवानी होऊन ती उठली, तेव्हा तिच्या डोक्यात एक वेगळीच योजना आकार घेत होती.

एक प्रखर प्रकाश देणारा सूर्यासारखा दिवा आणि त्याच्याभोवती लंबवर्तुळाकर कक्षेत फिरणारे ग्रह, अशी प्रतिकृती तयार केली तर?

ती भराभरा कामाला लागली. एक मोठ्ठा चौकोनी पुठ्ठा घेतला. त्यावर मधोमध एक मोठा दिवा लावला. त्याच्याभोवती तांब्याच्या तारांच्या लंबवर्तुळाकार कक्षा केल्या. बुध, शुक्र, पृथ्वी, मंगळ, गुरू, शनी, युरेनस, नेपच्यून आणि प्लुटो असे नऊ ग्रह प्रत्येक कक्षेत एक याप्रमाणे तांब्याच्या तारांमध्ये जोडले. गुरूचा आकार सर्वांत मोठा म्हणून त्यासाठी मोठा दिवा. तसेच प्लुटो सगळ्यात लहान म्हणून त्यासाठी अगदी बारीक दिवा. त्याचप्रमाणे तांबूस रंगाचा मंगळ, हिरव्या रंगाचा युरेनस, पाच कडी असलेला शनी अशी सर्व छान तयारी केली. या सर्व यंत्रणेला बॅटरीद्वारे विद्युतशक्ती पुरवली आणि ग्रह आपापल्या कक्षेत सूर्याभोवती तसेच स्वत:भोवती परिभ्रमण करू लागले. जोडीला या सर्व ग्रहांचं वस्तुमान, व्यास, उपग्रहांची संख्या, सूर्यापासूनचं त्यांचं अंतर, सूर्याभोवती आणि स्वत:भोवती फिरण्यास लागणारा कालावधी या सर्वांची शास्त्रीय माहिती देणारा तक्ता तयार केला.

''बाई, मी आपल्या शाळेच्या प्रयोग शाळेत ठेवण्यासाठी हे सर्व तयार केलं आहे.'' सौरमालेचा प्रकल्प वर्ग शिक्षिकेच्या हाती सोपवत ती म्हणाली.

''वा, खूपच सुंदर!'' तिच्या बाई उद्‌गारल्या. ''अगं, हा प्रकल्प तर तू विज्ञान प्रदर्शनातही मांडू शकशील.'' त्या लगेचच म्हणाल्या.

नेहानेही मग तो प्रकल्प अगदी उत्तम रीतीने सादर केला. तसंच 'आत्तापर्यंत झालेल्या

अंतराळवीरांच्या चांद्रमोहिमा' हा विषय घेऊन एक ध्वनिचित्रफीतही सादर केली. खगोलशास्त्र या गटात तिच्या प्रकल्पाला पहिलं बक्षीस मिळालं. पर्यायाने शाळेचाही गौरव झाला.

"अंतराळ संशोधनासाठी नेहाला दूरदेशी पाठवायची आता तयारी केली पाहिजे." तिचे बाबा तिची पाठ थोपटत म्हणाले. नेहा मनोमन अगदी खूश झाली. तिच्या कल्पनेतल्या यानाने तर अवकाशात केव्हाच भरारी मारली होती.

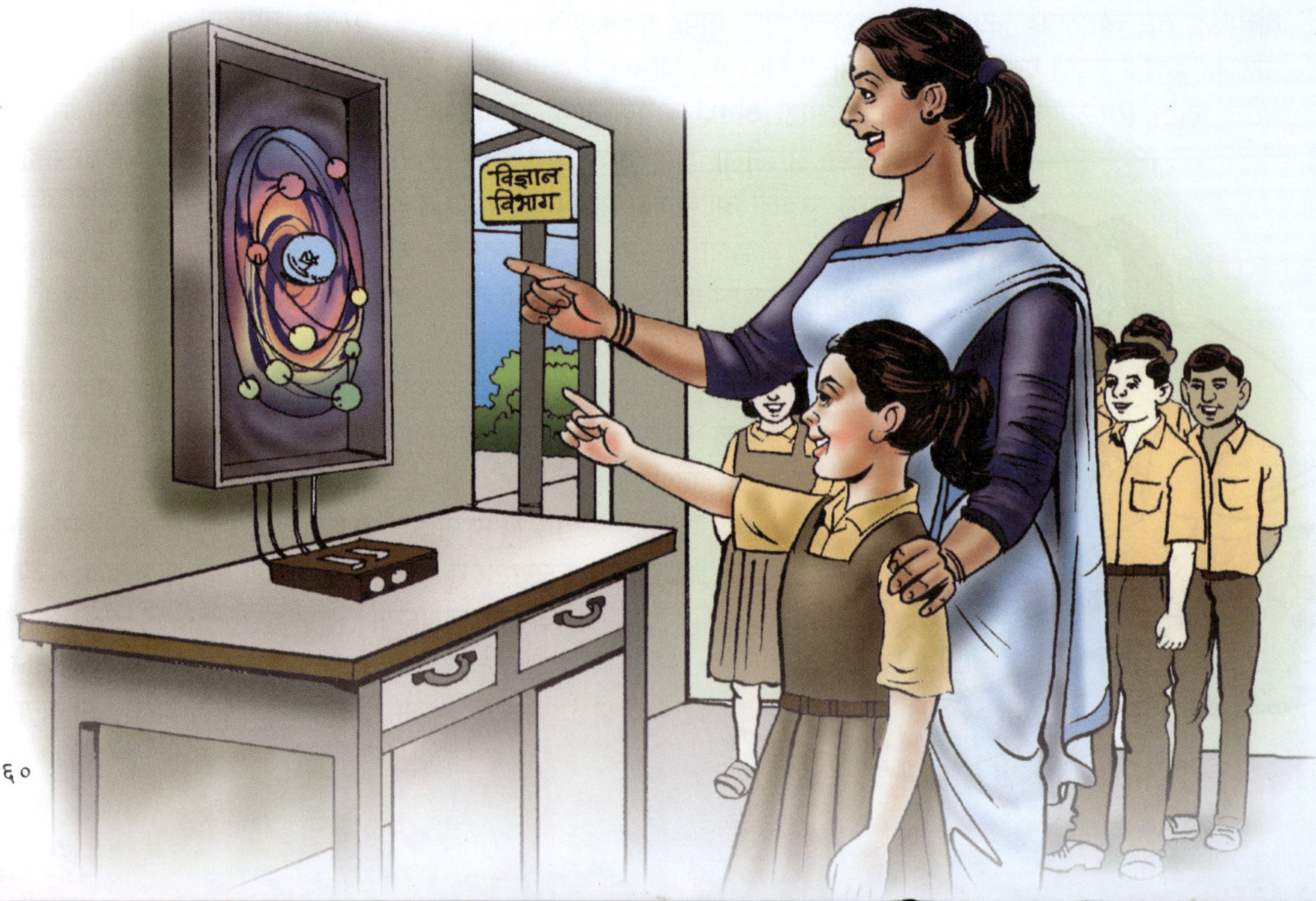